AF906384

कमला

विजय तेंडुलकर यांची नाटके

नाटक

अशी पाखरे येती
एक हट्टी मुलगी
कमला
कन्यादान
कावळ्यांची शाळा*
कुत्रे
गिधाडे
गृहस्थ*
घरटे अमुचे छान
घाशीराम कोतवाल
चिमणीचं घरं होतं मेणाचं
चिरंजीव सौभाग्यकांक्षिणी
झाला अनंत हनु ंत
त्याची पाचवी***
दंबद्वीपचा मुकाबला
नियतीच्या बैलाला**
पाहिजे जातीचे
फूटपायरीचा सम्राट
बेबी
भल्याकाका
भाऊ मुरारराव
मधल्या भिंती
माणूस नावाचे बेट
मित्राची गोष्ट
मी जिंकलो! मी हरलो!
विठ्ठला
शांतता! कोर्ट चालू आहे
श्रीमंत
सखाराम बाइंडर
सफर**
सरी ग सरी

एकांकिका

समग्र एकांकिका : भाग १
समग्र एकांकिका : भाग २
समग्र एकांकिका : भाग ३

बालवाङ्मय

इथे बाळं मिळतात
चांभारचौकशीचे नाटक
चिमणा बांधतो बंगला
पाटलाच्या पोरीचं लगीन
बाबा हरवले आहेत
बॉबीची गोष्ट
राजाराणीला घाम हवा

अनुवादित

आधे अधुरे
(मूळ लेखक : मोहन राकेश)
तुघलक
(मूळ लेखक : गिरीश कार्नाड)
मी कुमार
(मूळ लेखक : मधु राय)
लिंकन यांचे अखेरचे दिवस
(मूळ लेखक : मार्क फॉन डॉरन)
लोभ नसावा ही विनंती
(मूळ लेखक : जॉन पॅट्रिक)
वासनाचक्र
(मूळ लेखक : टेनेसी विल्यम्स)

---

* 'गृहस्थ'चे पुनर्लेखन : 'कावळ्यांची शाळा'
** ध्वनिफितीच्या रूपानेही प्रकाशित
*** मूळ इंग्रजी : His Fifth Woman (अनु. चंद्रशेखर फणसळकर)

कमला

विजय तेंडुलकर

पॉप्युलर प्रकाशन, मुंबई

कमला
(म – ९४४)
पॉप्युलर प्रकाशन
ISBN 978-81-7185-796-8

KAMALA
(Marathi : Play)
Vijay Tendulkar

पहिली आवृत्ती : १९८२
नीलकंठ प्रकाशन, पुणे
तिसरी आवृत्ती : २००३/१९२५
सहावे पुनर्मुद्रण : २०२१/१९४३

मुखपृष्ठ : वसंत सरवटे

प्रकाशक
हर्ष भटकळ
पॉप्युलर प्रकाशन प्रा.लि.
३०१, महालक्ष्मी चेंबर्स
२२, भुलाभाई देसाई रोड
मुंबई ४०००२६

अक्षरजुळणी
एच. एम. टाइपसेटर्स
११२०, सदाशिव पेठ
विद्याधर अपार्टमेंट्स
निंबाळकर तालीम चौक
पुणे ४११०३०

मुद्रक
श्री जे प्रिंटर्स प्रायव्हेट लिमिटेड
१४१६, सदाशिव पेठ
पुणे ४११०३०

या नाटकाचा पहिला प्रयोग 'कलारंग', मुंबई, या संस्थेने
दि. ७/८/१९८१ रोजी सकाळी १०।। वाजता
शिवाजी मंदिर या नाट्यगृहात सादर केला.

दिग्दर्शक	–	कमलाकर सारंग
निर्माती	–	लालन सारंग
नेपथ्य	–	बाबा पार्सेकर
प्रकाशयोजना	–	बाबा आंबेकर

भूमिका

काकासाहेब	–	कमलाकर सारंग
सरिता	–	लालन सारंग
कमळाबाई	–	ललिता कारेकर
जैन	–	सुधीर जोशी
जयसिंग	–	विक्रम गोखले
कमला	–	चारुशीला साबळे

अंक पहिला

[सकाळ.
दिल्लीतल्या नीति-बागच्या सुखवस्तू वसतीमधली एक छोटी बंगली.
दिवाणखाना.
इथे जयसिंग जाधव हा एका इंग्रजी दैनिकात असोसिएट एडिटर म्हणून काम करणारा प्रसिद्ध तरुण पत्रकार राहतो. पडदा वर जातो तेव्हा जयसिंगच्या बायकोचे, सरिताचे काका फोनवर बोलत आहेत. मूळचे सरदार घराण्यातले पण गांधीजींपासून प्रेरणा घेऊन एका साधेपणाने आयुष्य जगलेले साठीचे गृहस्थ.]

काकासाहेब : (फोनवर) हॅलो, कौन चाहिये आपको? हां, जयसिंग जाधव्ज हाऊस. वो बाहरगाम गये हैं. ही इज नॉट इन् दिल्ली, गॉन अवे. आज आयेंगे शायद. आज आयेंगे. फोन करो. कल करना, कल.

[सरिता ब्रेकफास्ट घेऊन येते.]

सरिता : (ब्रेकफास्ट डायनिंग टेबलावर ठेवीत) कोण होतं, काकासाहेब?

काकासाहेब : काय की. मी विचारलं नाही, त्यानं सांगितलं नाही. काय करायचं नाव? करील उद्या फोन.

सरिता : आलेले फोन लिहून ठेवावे लागतात मला.

काकासाहेब : मघापासून तीन तर मीच घेतले. किती लिहून ठेवशील? महत्त्वाचं कुणी असलं तर नाव सांगतंच. नाव सांगत नाहीत त्यांचे फोन बिनमहत्त्वाचे असं खुशाल समजावं.

सरिता : हा झाला तुमचा नियम. यांचा नियम वेगळा आहे. नाव सांगितलं नाही म्हटलं तर 'विचारलं का नाहीस' म्हणून रागावतात.

[फोन वाजू लागतो. सरिता जाऊन घेते.]

सरिता : तुम्ही करा काकासाहेब सुरुवात. मी आलेच. (रिसीव्हरमध्ये) हॅलो— मैं मिसेस जाधव बोल रही हूं. नमस्ते जी. नही वो अब तक आये नही हैं. कहके नही गये. आपका अगर कुछ काम हो तो— प्रेस् कॉन्फरन्स? कल शाम छे बजे प्रेस क्लब. अच्छा जी. मैं मेसेज दूंगी. आपका शुभ नाम? थँक यू. बाय्—

[वहीत नाव टिपून ठेवते. फोन पुन्हा वाजतो.]

(फोन घेत) हाँजी, जयसिंग जाधव साब की कोठी. आप कौन बोल रहे हैं जी? अच्छा अब तक आये नहीं जी, कुछ मेसेज हो तो दूँगी. दफ्तर में? जायेंगे या नहीं पता नहीं जी. जी नहीं. फोन करने को कह दूँगी. आपका नंबर? (लिहून घेत) जी, कह दूँगी. आयेंगे, लेकिन वहाँ काम निकल आये तो जादा दिन ठहर भी सकते हैं. बाकी सब कुशल. आप की दया से. नमस्ते.

[वहीत टिपून घेते. डायनिंग टेबलाकडे येते. पुन्हा फोन वाजू लागतो.]

काकासाहेब : तू कमळाबाईंना फोनशी बसव. अग, यातले पाऊण हिस्सा फोन फालतू असणार, मी तुला सांगतो. मुळात जयसिंग पत्रकार आणि त्यात ही दिल्ली आहे. कुणी तुला नाव घेऊन विचारलं तरच तू फोन घे.

[सरिता फोनशी.]

सरिता : (फोनवर) हॅलो— जयसिंग जाधव की कोठी. ओ दिल्ली विच् नईं ए. कही बाहर गये हैं. आज आयेंगे शायद, या कल भी. कल फोन कीजिये. ओह कोण सुरिंदर, मैं आवाज पछान्री

नइसी. माफ करना. क्या मेसेज है? आज आ रहे हैं? अभी? थँक्स सुरिंदर्र. थँक्स फॉर द मेसेज. बाकी सब खेरियत है? आव जी आव जी. जदो ऐ एठ्ठे होन्गे, कदी आ जाना. बाय्—

(फोन ठेवून घाईघाईने टेबलावर पडलेली वर्तमानपत्रे गोळा करून ठेवते. डायनिंग टेबलाकडे येते.)

सरिता : ऑफिसमधून फोन. टेलिप्रिंटर मेसेज आला. आत्ता पोचतील. काल रात्री उज्जैनहून निघाले आहेत.

काकासाहेब : म्हणजे भेट होईल. नाही तर कधी नव्हे तो मी दिल्लीत आलो आणि हा बेपत्ता.

सरिता : (हाकारत) कमळाबाई—

[कमळाबाई येतात. मुद्रा त्रस्त.]

साहेब आत्ता येतात. फ्रिजमध्ये फ्लॉवर आहे त्याची भाजी करा. काकासाहेबांनी आणलीय त्या करंडीतले आंबे पिकले असले तर सहा सात काढून ठेवा. बिअर संपली का आहे पाहा. नसली तर रामदेवला आणायला पाठवा. रात्रीची बिर्याणी बरी राहिलीय का?

कमळाबाई : बरी राह्यलीय की.

सरिता : रामदेवने धोब्याकडले कपडे आणलेत?

कमळाबाई : कालच. साहेबांच्या कपाटात ठेवलेत.

सरिता : ठीक आहे. जा तुम्ही कामाला.

कमळाबाई : मी जाते बाई परत फलटनला. माझं तिकीट काढा.

सरिता : फलटणला? ते का? काय झालं?

कमळाबाई : इथली ही हवा का काय. दुपारी भट्टी होते निसती. त्यात ही नोकरमाणसं. एकजण काम करत नाही. तुम्ही मला इचारणार. कमळाबाई, काम का झालं नाही?

सरिता : बघू काय करायचं ते. आत्ता आधी कामाला जा तुम्ही. साहेब येतील.

[कमळाबाई आत जातात.]

काकासाहेब : बिचारी दिल्लीतील हवेमुळे अगदी कावून गेलेली दिसते.

सरिता : काही नाही. होईल सवय.

काकासाहेब : मुळात मी म्हणतो, माहेरचं नोकरमाणूस तुला हवं कशाला ग? दिल्लीत काय नोकर मिळत नाहीत?

सरिता : किती झालं तरी परका मुलूख. आपल्या विश्वासाचं कुणी असलं की तेवढंच बरं असतं.

काकासाहेब : काही सांगू नकोस. एवढी हिंदी, पंजाबी फडाफडा बोलतेस. चार वर्षांत दिल्लीकरीण झालीस. तुला फलटणहून कशाला विश्वासाचं माणूस मागवावं लागतं? किती शिकलीस तरी शेवटी तू मोहित्यांच्या वाड्यावरलीच, सरिता.

सरिता : असू द्या. मांसाहेबाना या वयात तेवढंच सुरक्षित वाटतं माझ्यापाशी तिथलं कुणी असलं म्हणजे. त्यात काय बिघडलं म्हणते मी?

काकासाहेब : सगळंच बिघडलं. अरे जिथं असता तिथले व्हा. असं न झाल्यामुळेच आमचा महाराष्ट्र मागे राहिला. आमचा गडी भारताचा संरक्षणमंत्री झाला पण कराडचं वळण विसरला नाही. तळ दिल्लीत पण एक वहाण तिकडे कराडात. शेवटी ना दिल्लीचा, ना कराडचा राहिला.

सरिता : असून्दे. ते मात्र कुठं फंक्शनला नाही तर नाटकाला भेटले की तुमची चौकशी न चुकता करतात.

काकासाहेब : भाग्य आमचं. एरवी कोण आता आमची चौकशी करतं? संपलेल्या जमान्यातली माणसं आम्ही. हयात उरलेले कैलासवासी पत्रकार! आता जमाना तुझ्या नवऱ्याच्या नव्या पत्रकारितेचा. नवा धावपळ जर्नालिझम! इकडे आग लागली, पळाला तिकडे. तिकडून आणखी कुठे दंगल झाली, गेला उडत तिकडे. कुठे पाताळात बलात्कार झाला नाहीतर आभाळात मंत्रिमंडळ गडगडलं, हा आहेच हजर! आँखो देखा हाल. सर्व महत्त्व हजर असण्याला. मग काहीही लिहा ना का.

सरिता : नाही हं काकासाहेब. तपासून, खात्री करून घेतल्याशिवाय हे काहीसुद्धा छापायला देत नाहीत.

काकासाहेब : म्हणूनच नंतर पत्रव्यवहाराचा गदारोळ चालतो. हे चूक, ते खोटं, तसं घडलंच नाही, धादांत विपर्यस्त मजकूर!

सरिता : असं म्हणणारे निघणारच.

काकासाहेब : अग तपासून पाहायला वेळ कुणाला? थांबला तो संपला. धावपळ जर्नालिझम! पाहू बरे कोण पुढे पळे तो— मग वेळ पडल्यास काहीही ठोकूनी देतो!

सरिता : (खट्याळपणे) थांबा सांगते यांना—

काकासाहेब : सांग, सांग. त्यावर काही म्हणायला तरी वेळ असणार आहे कुठे त्याला? तुझ्या सांगण्याच्या सुरुवातीला तो इथे असला तर सांगणं संपवताना बिहारशरीफला नाहीतर लाल डेंगाच्या घराच्या छपरावर आँखो देखा हाल बघत बसलेला असणार तो! पाहणार काय तर खून, रक्त, अत्याचार, बलात्कार, नाहीतर जाळपोळ.

सरिता : चाललं आहे तर पाहायला नको?

काकासाहेब : पाहायला कशाला हवं? अग घटनांचा तपशील महत्त्वाचा नसतो, मुद्दा बोला. विचार सांगा. हे कसं थांबवायचं त्याचा रस्ता दाखवा, रस्ता. शेवटी सगळे खून आणि अत्याचार आणि जाळपोळी सारख्याच. त्यात काय फरक असायचा? त्यासाठी आपल्या आणि देशाच्या काळाचा अपव्यय कशाला? विचार सांगण्याऐवजी रक्तबंबाळ वर्णनं मिटक्या मारीत करणारा हा कसला पत्रव्यवसाय! हा रक्तव्यवसाय!

सरिता : (टाळण्याच्या उद्देशाने) बरी आठवण झाली. यांच्या त्या नव्या बुशशर्टाचं बटन तुटलं होतं. कमळाबाईंनी लावलंय का बघून येते— तुम्ही संपवा तोवर ब्रेकफास्ट—

[सरिता जिन्यावरून वर जाते. फोन वाजू लागतो. काकासाहेब कुणी येऊन तो घेईल म्हणून वाट बघतात. शेवटी नाइलाजाने स्वत: जाऊन घेतात.]

काकासाहेब : (फोनवर) हॅलाव— हां, जयसिंग जाधव की कोठी. कोन बोल रहे है? वो नही है. नही है वो. क्या? पेपर? कुठला पेपर? तेईसका पेपर. खबर छापी है? कौनसी खबर? (ऐकून) तो? (ऐकून एकदम जोराने) कौन बोल रहे है तुम? नाम बोलो. अरे नाम बोलो, नाम— पुलिसमे दूंगा तुम्हे— जेल भेजूंगा— तुम

समझता क्या है तुमरेको? हॅलो— हॅलो—

[फोन डिसकनेक्ट होतो. सरिता वरून बुशशर्टला बटन लावण्याच्या तयारीने जिन्यावरून खाली येते.]

काकासाहेब : (रिसीव्हर पिनवर आपटत उद्वेगाने) हरामखोर. समजतो काय...

सरिता : काय झालं काकासाहेब? कुणाचा फोन?

काकासाहेब : नाव कुठे सांगितलं? धमक्या देतो धमक्या... तेवीस तारखेच्या अंकात तुझ्या नवऱ्यानं काय लिहिलंय?

सरिता : म्हणजे कालचाच अंक. आठवलं. मध्यप्रदेशच्या एका एम्. पी. नं चोरीच्या संशयावरून नोकराला स्वत:च्या अधिकारात बेकायदा कोंडून ठेवून बेदम मारलं त्याबद्दल लिहिलंय यांनी.

काकासाहेब : त्याबद्दल खुनाची धमकी होती फोनवरून. घरातून बाहेर ओढून मारू म्हणाला. म्हणाला, ही अखेरची नोटीस समजा. काय ग, हे सर्व स्वत:च्या नावानं कशाला लिहायला हवं? प्रतिनिधीकडून म्हणून लिहिता येत नाही तुझ्या नवऱ्याला?

सरिता : जे काही लिहायचं ते नावानं लिहायचं असा यांचा कटाक्ष असतो. एकदा नाव छापायचं राहून गेलं तर राजीनामा द्यायलाच निघाले होते.

काकासाहेब : मग या अशा खुनाच्या धमक्या येतात.

सरिता : त्यात काही विशेष नाही. अधूनमधून येतच असतात त्या. कधी कधी अपरात्री फोन वाजतो. घ्यावा तर भयंकर काहीतरी ऐकावं लागतं. अनेकदा हेही नसतात. शोधायचं, तर कुठं असतील माहीत नसतं. मला आता सवय झाली आहे त्याची.

काकासाहेब : जवळ काही हत्यार—बित्यार तरी बाळगतो का तो?

सरिता : नाही.

काकासाहेब : या अशा धमक्या येतात याची पोलिसला तरी खबर असते?

सरिता : हे म्हणतात यातल्या निम्म्या धमक्या पोलिसच्या वतीनंच असतात तर खबर कुणाला देतेस? एकेकदा मी अपसेट होते पण हे मनावरच घेत नाहीत.

काकासाहेब : हा वेडेपणा आहे, पुरुषार्थ नव्हे. रान उठवायचं तर जवळ बंदूक हवीच.

सरिता : त्यांना सांगून बघा.

काकासाहेब : बघतोच की. आमच्या पोरीच्या आयुष्याचा हा प्रश्न आहे. विधवा म्हणून परत नेण्यासाठी नाही दिली म्हणावं आम्ही आमची पोर तुला.

सरिता : दिलीत ना? मग झालं तर. ते थोडेच तुमच्या सांगण्यानं बदलणार आहेत? एकदा मीच या सगळ्यानं वैतागून नुसतं फलटणला जाते म्हणाले तर लगेच माझं विमानाचं तिकीट काढायला निघाले.

[दाराची बेल चार—पाचदा वेडीवाकडी वाजते.]

आलेच— (मोठ्यांदा) हो, आले आले—

[दार उघडण्यासाठी जाते. जयसिंग, सरिता आणि मागोमाग चेहरा पदराने झाकलेली एक मळकट पांढऱ्या धडोत्यातली खेडुत स्त्री येते. काखोटीला बोचके. जयसिंग प्रवासाचा.]

जयसिंग : रात्रीची गाडी हुकली— मग ती प्रायव्हेट टॅक्सीनं पाठलाग करून डोणपूरला पकडली— त्यात ती लेट होते की काय असंच वाटत होतं— (लक्ष जाऊन) ओहोहो— कोण, काकासाहेब? अलभ्य लाभ! कधी आलात?

काकासाहेब : परवा आलो, म्हटलं तुझी भेट होते की नाही.

जयसिंग : म्हणजे लगेच निघालात की काय तुम्ही परत? (सरिताला) काय ग, यांना आपण लगेच परत पाठवणार? ते काही नाही, हे आता राहणार इथं निदान आठवडाभर.

काकासाहेब : नाही रे बाबा, मला उद्या परतायला हवं.

जयसिंग : नो नो, यू जस्ट कान्ट गो. तुम्ही काय नेहमी थोडेच येता दिल्लीला?

काकासाहेब : मला इथं ठेव आणि तू जा पुन्हा कुठं केरळात नाही तर नेपाळात खुनांचे पंचनामे करायला.

जयसिंग : (मोठ्यांदा हसत) दॅट्स अ गुड वन! खुनांचे पंचनामे काय! (पेपर हाती आणून दिलेल्या सरिताला) झाला पाहून. स्टेशनवरच विकत घेतला. बरं फोन्स कुणाकुणाचे आले होते?

[सरिता वही देते.]

अंघोळीसाठी पाणी गरम करायला सांग. असल्या प्रवासानंतर शेकत शेकत नागव्यानं अंघोळ करायला काय मजा येते!
[काकासाहेबांच्या असण्यामुळे सरिताला संकोच.]
(तो हेरून हसत) ओ, सॉरी. ही आमची पंजाबी सवय काकासाहेब. जिभेला हाड उरलं नाही. (सरिताला) आणि हे बघ, चहा आण. झालंच तर त्या सूटकेसमध्ये चार दिवसांचे धुवायचे कपडे आहेत ते काढून धुवायला दे. देताना नाक मुठीत धर. कारण कपड्यांना भयानक वास मारत असणार. नंतर म्हणशील सांगितलं नाही म्हणून आगाऊ कल्पना देऊन ठेवतो.
(वहीतले फोन्स पाहण्यात हरवतो.)

काकासाहेब : त्यात एक फोन लिहिलेला नाही रे, जयसिंग. मीच तो घेतला.

जयसिंग : (एकीकडे वही पाहत) असं? कुणाचा होता?

काकासाहेब : निनावी होता.

जयसिंग : (यावर काकासाहेबांकडे एकदा पाहून पुन्हा वही पाहत कॅज्युअली) काय होता?

काकासाहेब : त्याला म्हणावं, तुला आम्ही घराबाहेर ओढून तुझा मुडदा पाडणार. तुकडे तुकडे करणार. तुला जिवंत सोडला तर बापाचं नाव सांगणार नाही. ही अखेरची नोटीस समजा.

जयसिंग : (वही पाहत) आय सी. (मग काकासाहेबांकडे पाहत) कशाबद्दल होता? कुठला अंक काही बोलला?

काकासाहेब : तेवीसचा.

जयसिंग : (वही पाहत) वाटलंच होतं. (वहीतले फोन्स पाहण्यात व्यग्र.)

काकासाहेब : तुला काही वाटत नाही?

जयसिंग : (वहीतून वर पाहत) अं? कशाबद्दल?

काकासाहेब : तुला खुनाच्या धमक्या येताहेत.
[जयसिंग जरा हसून एक फोन करायला घेतो.]
हसतोस काय? माणसं नेहमीच बोलून थांबतील असं नाही जयसिंग. एखादा—
(जयसिंगला फोन एंगेज्ड लागतो.)

जयसिंग : (रिसीव्हर पिनवर आदळत) दीज देल्ही फोन्स!
[काकासाहेब गप्प.]

(त्यांना) सॉरी. तुम्ही काहीतरी म्हणत होतात.

[सरिता आतून चहा घेऊन येते.]

(पाहून) चहा! दॅट्स वंडरफुल! ठेव, मी एवढा फोन करून आलो. नाहीतर आण इकडे. (चहाचे घोट घेत एकदोनदा नंबर फिरवतो. खांदा आणि गाल यांमध्ये रिसीव्हर अल्लद पण पक्का धरून ठेवलेला.)

[काकासाहेब हे पाहत चहा घेऊ लागतात. ते अपसेट आहेत.]

जयसिंग : (पंजाबीत) हॅलो— जसपालजी, मैं जयसिंग बोलरेयाए— हुणे आया. मिशन सक्सेसफुल्. हां, साथ लेकर ही आया हूँ. (हे म्हणत, त्याच्या मागोमाग हॉलमध्ये येऊन एका कोपऱ्यात उभ्या असलेल्या, पदरात चेहरा लपवलेल्या खेडुत स्त्रीकडे पाहतो. सरिताला खुणावतो, तिला चहा दे.) कैसी है? तुमही खुद देखो ना यार! एकदम ईदका चाँद! (हसतो मोठ्यांदा.) प्रेस् कान्फरन्स कै बजे की रख्खी है? दॅट्स वंडरफुल. बाकी सब तय्यारी हो गयी? एक्सलंट! फिर भी केस कर सकते है? लेट देम प्रोसीड, दॅट विल मेक ए नाइस फ्रन्ट पेज न्यूज आयटेम. और भी पब्लिसिटी! इस बार उन से बन्दर का नाच नचवा ही के रहेंगे! ओ नो सिर्फ मैं नही, पूरी टीम. ऑल ऑफ अस. हम सब. आपका सपोर्ट है इसलिए तो. जी शुक्रिया. डज सेठजी नो? सेठजीको मालूम है? नही न? राइट. बूढे के लिए सरप्राइज रहेगा. (मोठ्यांदा हसतो.) लेट अस सी. क्यों नही! मुझे निकाल भी सकते हैं. आय् ॲम नॉट वरीड. जब आप हमारे साथ है जसपालसाब, तब कैसी चिन्ता? दॅट्स रिअली मार्व्हलस. अच्छा देन्— बाय् फॉर द टाइम बीइंग. आय हॅव स्टिल् टु टेक माय बाथ— चार दिन हुए नहाणा नसीब नही हुआ. अभी जो आया हूँ— (रिसीव्हर ठेवतो.)

[सरिता त्या खेडुत बाईला चहा देते. भिंतीशी उकिडवी बसून मर्यादेने पण रुचीने फुंकर मारीत ती तो घेते आहे. चेहरा पदरातच. जयसिंग चहासकट आता काकासाहेबांपुढे येऊन

बसतो. पलीकडे सरिता.]

ऑफुली सॉरी काकासाहेब— हा व्यवसाय असा पडला. तुम्ही काहीतरी सांगत होतात— मला वाटतं धमकीच्या फोनबद्दल—

काकासाहेब : सांगून काही उपयोग आहे का?

जयसिंग : (हसत) प्रयत्न करू.

काकासाहेब : हसण्यावारी नेऊ नकोस. एखाद्या वेळी भलताच प्रसंग ओढवेल.

जयसिंग : (सहजपणे आठवावे तसा) तुम्ही आधी दिल्लीला कसे ते सांगा—

सरिता : पत्र आलं होतं त्यांचं. मी बोलले होते तुम्हांला—

जयसिंग : ओ— ओ येस्. आय रिमेंबर. काहीतरी काम होतं तुमचं दिल्लीला.

सरिता : त्यांच्या साप्ताहिकासाठी कागदाचा कोटा मिळवायचा होता.

जयसिंग : दॅट्स राइट. मिळाला का मग?

काकासाहेब : पत्रं आणि स्मरणपत्रं लिहून कंटाळलो. म्हणून स्वत: आलो. कालचा दिवस या टेबलापासून त्या टेबलाकडे टपाल होत फिरलो. शेवटी एकाला आली दया. त्यानं आश्वासन तरी दिलंय लगेच करतो म्हणून.

जयसिंग : सरिता, यांच्या डीटेल्स घेऊन ठेव. मी डिपार्टमेंटच्या सेक्रेटरीलाच फोन करीन, आठवण कर मला.

काकासाहेब : मुद्दाम माझ्यासाठी तुला न पटणारं काही करू नकोस जयसिंग—

जयसिंग : सेक्रेटरी मित्र आहे माझा. आणि मी त्याला फक्त, त्याला जे शक्य असेल तेच लौकर करण्याला सांगणार आहे. काकासाहेब, तुम्ही थांबाच आलात तसे. काम करून सँक्शन घेऊनच जा. काय सरिता?

काकासाहेब : म्हणजे कदाचित इथंच देह ठेवण्याची वेळ यायची माझ्यावर! दिल्लीचं काही सांगू नकोस. बजबजपुरी आहे नुसती. पण तू आधी सांग, या आमच्या पोरीचं काय करायचं ठरवलं आहेस?

जयसिंग : (आश्चर्य वाटून) पोरीचं? का?

सरिता : मी काही सांगितलं नाही हां. तेच सकाळपासून म्हणताहेत.

काकासाहेब : कुठंही जातोस— केव्हाही येतोस— कुठं जातोस ते सांगूनसुद्धा

जात नाहीस— या खेपेला आल्यावर विचारलं तर म्हणाली, माहीत नाही— घरी वेडेवाकडे धमक्यांचे फोन्स येत असतात— फिरताना जवळ कसलं संरक्षण बाळगत नाहीस—

जयसिंग : (बोअर्ड चेहरा. खांदे उडवून हसण्यावारी नेत) ओ, दॅट. हिनं तुम्हांला बरंच सांगितलेलं दिसतं. (त्याला हे रुचलेले नाही.)

सरिता : तेच विचारत होते.

जयसिंग : (काहीशा कडवटपणे) तू सांगितलंस तर कबूल कर की. काकासाहेब, तुम्ही तुमचा जर्नालिझम केलात, त्यात लढतीही घेतल्यात— मातब्बर ब्रिटिश सरकारशी लढलात— जेल भोगलात— तुम्ही तुमच्या रक्षणासाठी बॉडीगार्ड्स ठेवले होते की बाहेर फिरताना चिलखत घालून फिरत होतात?

काकासाहेब : जयसिंग, गल्लत करू नकोस. तेव्हाच्या लढाया वेगळ्या होत्या. शत्रू मागे अंधारात दडून नव्हता, तो उघड्यावर, समोरच होता. आताची तुमची परिस्थिती वेगळी आहे. त्यात तुझे हल्ले रोज नव्या माणसांवर—

जयसिंग : माणसांवर नव्हेत, प्रवृत्तींवर. माणसांशी मला कर्तव्य नाही.

काकासाहेब : तरीही माणसांवर. शेवटी घाव कुठे पडतो ते पाहणार आहेस की नाही? या वेगानं हे कुठं जाणार? त्यात तू स्वत:च्या संरक्षणाची सावधगिरी घ्यायला तयार नाहीस.

जयसिंग : काकासाहेब, मरणच ओढवायचं ना, तर ते घरबसल्याही ओढवतं. त्या वेळी आपण काय करतो? एक मिनिट.

[त्याचे लक्ष कोपऱ्यात बसून असलेल्या पदराआडच्या खेडुत स्त्रीकडे गेले आहे. तो तिच्याकडे जातो.]

[ती त्याचे येणे जाणवून आणखी मर्यादशील होऊन बसते. पदर चेहऱ्यावर आणखी ओढून घेते.]

कमला—

स्त्री : (अस्पष्ट) जी.

जयसिंग : कैसी हो तुम? ठीक हो न?

[ती होकारार्थी मान हलवते.]

और चाय पिओगी?

[ती नकारार्थी मान हलवते.]
कुछ खाओगी?
[ती नकारार्थी मान हलवते.]
देखो, इसको अपनाही घर समझना. यहाँ तुम्हे कुछ डर नही.
[ती समजल्याची मान हलवते.]

काकासाहेब : कुठली रे ही?

जयसिंग : (या प्रश्नाने काहीसा चमकून एकदम आक्रसत) अशीच— एके ठिकाणी पोचवायचं आहे तिला.
[काकासाहेबांना तो आक्रसल्याचे जाणवले आहे.]
(हे जाणवून) माझ्या फिरतीत असं एखादं काम येतं कधीतरी गळ्यात.

काकासाहेब : कुठे गेला होतास ते विचारलं तर चालेल का?

जयसिंग : (आणखीच आक्रसत) असाच— बिहारकडे.

काकासाहेब : बिहार फार मोठा आहे.

जयसिंग : (विषय बदलीत) अंघोळ उरकून घ्यायला हवी. कसं ओशट वाटतंय. घामाची पुटं चढलीत नुसती कातडीवर. आलोच. (सरिताला) पाणी काढलंय का?

सरिता : (एकूण प्रसंग तिने हेरला आहे. उठत) बघते—
[सरिता निघते, जिन्यातून वर. मागून जयसिंग जातो. काकासाहेब विचारमग्न बसून. कोपऱ्यात पदराआड कमला. तिच्या दैन्यामुळे ती या दिवाणखान्यात अगदीच विशोभित दिसते. काकासाहेब आता उठून त्यांच्या गेस्टरूमकडे जातात. आता कमला हलकेच पदर बाजूला करून धीटपणे दिवाणखाना न्याहाळते. तेवढ्यात फोन वाजू लागतो. धसकून कमला पुन्हा पदराआड. पुन्हा अंग चोरून बसते. जणू दिवाणखाना न्याहाळणारी ती नव्हेच. कमळाबाई आतून गडबडीने येतात.फोन घेतात, अनिच्छेने.]

कमळाबाई : हलाव—(फोन डिस्कनेक्ट होतो.) न्हवतं बोलायचं तर कुणी जोर केला होता? नका बोलू. हलकट मेले. (रिसीव्हर ठेवतात. कमलाकडे लक्ष जाते. तिच्याकडे येतात. तिला अभ्यासत) ए, कोण ग तू? कुठली? इथं कशाला आली?

[कमला काही बोलत नाही.]
मी तुला विचारते. ऐकू येतं की नाही? नाव काय तुझं? नाम क्या? नाम?

कमला : कमला.

कमळाबाई : (न रुचून) कमळा? (नाराजीने) हूं. कुठल्या गावाकडची? गाव कुठला, गाव?

कमला : करीमशरीफ.

कमळाबाई : (आणखी नाराज होत) करीमशरीफ? किदर है हे?

कमला : लुहारडागाके उस बाजू होता है वो.

कमळाबाई : (कळले नाही हे दाखवणे योग्य नव्हे असे ठरवून) हो का? अस्सं. डागाके. हूं. इथनं कुठे जाणार?
[कमलाला कळत नाही.]
किधर— किधर जाणार म्हणते.

कमला : (जरा वेळ घेऊन) कईं बी नई.

कमळाबाई : म्हणजे? कै बी नही म्हणजे? कै तो बी जाणारच असशील.
[कमला नकारार्थी मान हलवते.]
मग काय इथं राहणार? इदरच रैनेका?
[कमलाचा होकार.]

कमला : मुझे खरीदा है न.

कमळाबाई : (चक्रावून) काय?

कमला : वो— उन्नै खरीदा है हमको. बजारमें.

कमळाबाई : खरेदी केली? कुणी?

कमला : उन्नै. वो—
[कमळाबाईंना काही कळत नाही आहे. जिन्यावरून सरिता येते.]

सरिता : कमळाबाई, कुणाचा होता फोन?

कमळाबाई : (अद्याप सावरलेल्या नाहीत) फोन— हां हां. काय जणं. कोण बोललंच नाही.

सरिता : इथं काय करता? आत स्वैपाकाकडे जा बरं. मटण शिजत टाकलंय—
[कमलाकडे एक कोड्यातला कटाक्ष टाकून कमळाबाई आत

जातात. जयसिंग अंघोळ करून आणि घरातले कपडे घालून जिन्यावरून येतो.]

जयसिंग : यासाठी माणसानं एखादा घाणेरडा प्रवास करावा. घरच्या साध्या साध्या गोष्टी इतक्या मस्त वाटतात! उदाहरणार्थ, कमोड! (सरिताचा चेहरा पाहून) थट्टा नव्हे. जगातली बादशाही सोय वाटते ही. (कमलाकडे लक्ष जाऊन) ही अजून इथेच का?

सरिता : काय करायचं हिचं बोललात कुठे तुम्ही?

जयसिंग : आणखी काय करायचं. तूर्त इथेच राहणार आहे ती.

सरिता : किती दिवस?

जयसिंग : आज तरी नक्की. (जाणवून) खरं म्हणजे तुला हिच्याबद्दल काहीच सांगितलं नाही मी— वेल, गेलो होतो तिकडली आहे. तिच्या अवतारावरून तिची बाकी कल्पना येईलच तुला. तशीच ती आहे. (काही सुचून कमलाला) कमला, यहाँ कैसा लगता है?

कमला : (पदरातून चेहरा बाहेर न काढता) अच्छा. इत्ता बडा मकान है— राजाजीका महल हो जैसा.

जयसिंग : (सरिताकडे पाहून डोळे मिचकावून) तुम यहाँ हमेशा के लिये रहोगी कमला?

कमला : (खुशीने मान हलवीत) हऔ.

जयसिंग : यहाँ तुम्हारे लिये कोई काम नहीं होगा. सिर्फ खाना और बैठे रहना.

कमला : जो हुकूम मालिक. पै कुछ काम धाम तो होय गई.

जयसिंग : (सरिताला) ऐकलंस? तसं थोडं फार काम करीन म्हणते! ही हालातली माणसं जरा निमित्त मिळालं की छान खुशालतात. कष्टाची सवय लागते, पण सुखाला सवय लागत नाही. कमला, तुम अब अंदर जाओ कमला.

[कमला उठून पदर चेहऱ्यावर जास्तच ओढून, बोचके उचलून आत जाते.]

सरिता : भोळी आहे बिचारी.

जयसिंग : तूर्त तरी वाटते. पण तशी हुशारसुद्धा असतात ही माणसं.

संधी मिळण्याची खोटी. (एवढे म्हणून थांबतो. मग जास्त बोलावे असे डोक्यात येते, पण बोलण्याचे टाळतो. मग न राहवून) तुला माहीत आहे कुठे मिळाली ही मला?

सरिता : कुठे?

जयसिंग : (बोलावे, न बोलावे या अनिश्चयात) कुठे मिळाली असेल?

सरिता : मला नाही सांगता येत.

जयसिंग : दॅट्स इट. (नकोच बोलणे असे ठरवल्यासारखा गप्प.)

सरिता : कुठे मिळाली? तुम्ही सांगा ना.

जयसिंग : तुझ्यापुरतंच ठेवशील? कुणाला आज कळता कामा नये. कुणालाही.

सरिता : हो.

जयसिंग : बिहारमध्ये लुहारडागाच्या बाजारात विकत घेतली मी तिला.

सरिता : अं? (तिला याचा अर्थ कळत नाही.) विकत घेतली?

जयसिंग : येस. अडीचशे रुपयांना. बैलसुद्धा यापेक्षा जास्त किमतीत मिळतात.

[सरिता सुन्न.]

(तिची ही अवस्था पाहून उत्तेजित होत) रांचीपलीकडे या लुहारडागाला माणसांचा बाजार चालतो, माणसांचा. वेगवेगळ्या वयाच्या बायकांचा उघड लिलाव होतो. लिलाव बोलायला दूरदूरहून लोक येतात.

सरिता : बायकांचा लिलाव?

जयसिंग : बायकांचा लिलाव. विश्वास नाही ना बसत? लिलाव बोलणारे इच्छुक, बायका हाताळून अदमास घेतात. भरीव आहे की थुलथुलीत. तरुण आहे का वयावरची. बरी आहे का रोगी. छातीत कशी आहे, कमरेत कशी आहे, मांड्यांत—

सरिता : पुरे.

जयसिंग : तुला त्रास होत असेल. या कमलाला गिऱ्हाइकच नव्हतं. मुंडी खाली खुपसून एकीकडे बसून होती. मी म्हटलं चलो, आपण हिला खरेदी करू. आय बॉट हर डर्ट चीप.

सरिता : (नापसंतीने) कशाला? तुम्ही कशाला तिथे गेलात?

जयसिंग : सिद्ध करायला की असा बाजार या देशात आज— या घटकेला चालतो.

[सरिता कल्पनेने शहारते.]

(पाहून एन्जॉय करीत) तुझ्यासारखं अनेकांना असं काही असतं हे माहीत नाही. पोलीस खात्याची हे सत्य माहीत असून मान्य करण्याची तयारी नाही. ते म्हणतात, आम्ही पत्रकार सनसनाटीसाठी हे जावईशोध लावतो. सरकार तर फार सोवळंच, ते म्हणतं, शांतम् पापम्. या वर्तमानपत्रवाल्यांना वृत्तपत्र स्वातंत्र्याचा दुरुपयोग करण्याची फार वाईट सवय लागली.

सरिता : मला तुमचं हे मुळीच आवडलेलं नाही.

जयसिंग : मला तरी कुठं आवडलंय? पण कुणीतरी हे करायला हवं.

सरिता : तुम्ही कशाकरता?

जयसिंग : कारण मी प्रथम याबद्दल लिहिलं त्या वेळी याबद्दल निश्चित माहिती मलाही नव्हती. पण वास होता. पोलिसांनी नेहमीप्रमाणे हात झटकले. गृहमंत्र्यानं कानांवर हात ठेवले. वर्तमानपत्रवाले खोटं बोलतात असा आरोप केला. मुद्देमालासकट हे पाप ज्याचं त्याच्या गळ्यात घालणं ही जबाबदारी मग आलीच. दुसरं कोण हे करणार?

सरिता : पण म्हणून एक बाई खरेदी करायची?

जयसिंग : पुरावा नको? जंग जंग पछाडून या फ्लेश मार्केटचा मी शोध काढला, आहे ठाऊक? तिथं पोचणारा मी पहिला पत्रकार! (हर्ष दिसतो आहे मुद्रेवर, स्वरात.) पुराव्यासकट आज सगळं माप मी सरकारच्या पदरात टाकतो बघ. लेट् देम डिनाय इट् धिस् टाईम! साल्यांना बरोबर गाठलंय. बास्टर्ड्स! (भान येऊन) हे तूर्त अगदी गुप्त ठेव मात्र. कुणालाही कळता कामा नये. जरा जरी लीक झालं तरी गोंधळ होईल.

सरिता : (त्याची बजावणारी नजर जाणवून) हो.

जयसिंग : काकासाहेब, कमळाबाई, अगदी त्या कमलालासुद्धा यातलं काही कळता कामा नये, लक्षात ठेव. जैन माझा एवढा दोस्त; पण त्याच्यापासूनसुद्धा हे सर्व मी गुप्त ठेवलंय. तुला हे

कठीण आहे, पण मी सगळं सांगितलंय खरं. नाऊ फॉर गॉड्स सेक, कीप युवर माउथ शट् फॉर सम टाइम. विल् यू?

सरिता : (न आवडून पण सहनशीलपणे) येस्.

जयसिंग : तुझी खात्री नाही वाटत. (यातला अविश्वासाचा भाव स्वत:लाच जाणवून दुरुस्ती करीत) म्हणजे मुद्दाम तू काही करशील असं नव्हे. संध्याकाळी माझ्या पेपरतर्फे प्रेस् कॉन्फरन्स आहे. एकदा त्यात मी सगळं उघड केलं की मग प्रश्न नाही. मग तू बोल.

सरिता : (धीर करून) समजा, आधी कुणाला कळलं; तर काय होईल?

जयसिंग : सगळा निकाल लागेल. आमच्या सगळ्या बेतातली हवाच निघून जाईल. फार खबरदारीनं सर्व शिजवलंय मी आणि माझ्या संपादकानं. आमच्या मालकालादेखील कशाचा सुगावा नाही. या गोष्टींचं एक तंत्र असतं. ते तसंच जमवावं लागतं. अग, लुहारडागाच्या फ्लेश मार्केटमध्ये काय आहे? बायकांची विक्री देशात तशी अनेक ठिकाणी होत असते. शहरोशहरीचे वेश्यांचे मोहल्ले त्याशिवाय चालतात की काय? प्रश्न तो नाही. प्रश्न आम्ही लुहारडागा कसं प्रोजेक्ट करतो त्याचा आहे, टेक्निकचा आहे. आर्ट लाइज इन् प्रेझेंटिंग द केस; नॉट इन् द केस इटसेल्फ! आम्ही हे प्रकरण कसं वाजवतो पहात रहा. देअर विल बी हाय ड्रामा इन टुडेज प्रेस् कॉन्फरन्स. खळबळ माजणार आज. (एक्साइट होऊन फिरतो आहे.)

[सरिता त्याची ही अवस्था पाहून आत जाते. जयसिंग किंचित्काळ असाच हरवलेला. दरवाजाची बेल वाजते. जयसिंग दचकल्यासारखा त्याच्या तंद्रीबाहेर. त्याच्या हालचाली आता टेन्स, सावध. कमळाबाई दार उघडण्यासाठी जाऊ लागतात.]

जयसिंग : कमळाबाई, थांबा. दार उघडण्याआधी कोण आहे ते विचारून मला इथे येऊन सांगा.

[कमळाबाई दाराकडे जातात. परत येतात. जयसिंग टेन्स उभा.]

कमळाबाई : ते जैनमामा आलेत.

जयसिंग : नेमका पोचला. (विचार करून) येऊ दे त्याला. पण तो इथे

असेपर्यंत आतून त्या मी आणलेल्या बाईला इथे पाऊल टाकू द्यायचं नाही. कळलं? काय कळलं?

[कमळाबाई रिपीट करतात. दाराकडे जातात. परत येतात. मागून जैन. पस्तिशीचा. कमळाबाई आत जातात.]

जैन : (येत) क्या पहेरे बिठा दिये हैं भइया तू ने!

जयसिंग : हाय.

जैन : हे काय नवीन? घरी आज राष्ट्रपती वगैरे येणार आहेत का काय? दाराशीच तपासणी? मला तर वाटलं, कमळाबाई माझी तलाशीही घेणार!

जयसिंग : नको असलेली माणसं येऊन उगीच त्रास देतात रे; म्हणून कमळाबाईंना सांगून ठेवलंय, विचारल्याशिवाय कुणाला येऊ देऊ नका.

जैन : आय् सी. तुझंही असं झालं तर एकूण! (उसासा) कैसी रही ट्रिप्?

जयसिंग : कुठली? बरी झाली. पण तू अचानकसा?

जैन : म्हटलं, प्रवासाहून येतोस म्हणजे मोकळ्या खिशानं नक्कीच येणार नाहीस. काय आणलंस पाहावं.

जयसिंग : मी? विशेष काहीच नाही.

जैन : असलं तरी तू बरा सांगशील! खरं म्हणजे इथं पलीकडे पी. टी. आय्.च्या अय्यरकडे ड्रिंक्सना आलो होतो. म्हटलं, जाता जाता सहज फिरकून जावं. तू नसशीलच, पण भाभीजींना भेटून जावं म्हटलं. हाउ इज शी?

जयसिंग : शी इज ऑल राइट. (अजून टेन्स.) बाकी काय म्हणतोस?

जैन : अय्यर म्हणत होता, जयसिंग फार वेळा रांचीकडे जातोय, समथिंग फिशी.

जयसिंग : (अनावश्यक स्वर चढवून) आपल्या धंद्यात ज्याला त्याला सगळं फिशीच दिसतं.

जैन : आदत के शिकार हैं, दुसरं काय. पण अय्यरकडे टाइम्सचा पद्मनाभ आला होता. तो संध्याकाळच्या प्रेस् कॉन्फरन्सबद्दल बोलत होता.

जयसिंग : (सावध होत) काय बोलत होता?

जैन : निव्वळ गेसवर्क. त्याचं म्हणणं, तुमच्या एडिटरवर ती कंटेम्प्टची केस आहे, त्याबद्दल काहीतरी असणार.

जयसिंग : (जरा हलका.) आय् सी.

जैन : पण अय्यर म्हणाला, देअर मस्ट बि समथिंग मोअर टु इट्. उदाहरणार्थ, तुमच्या मालकाच्या नव्या हॉटेल प्रॉजेक्टचं प्रकरण.
[जयसिंग गप्प.]
साले, मी म्हणालो, खरं काय आहे ते फक्त मला ठाऊक.
[आता हा गप्प, सस्पेन्स घेत.]

जयसिंग : (टेन्स. न राहवून) काय?

जैन : कुठं काय? मी पुडी सोडली झालं. (उठून आत निघतो.)

जयसिंग : (एकदम उठून) अं? कुठं निघालास?

जैन : का?

जयसिंग : नाही— एकदम उठलास म्हणून.

जैन : (जवळ जाऊन खासगी स्वरात) हे बघ, अय्यरकडे काय घेतलीत? ड्रिंक्स. ड्रिंक्सना काय सवय असते सांग. फार साचली की— काय होतं? हं. (निघतो आत.) दॅट्स दॅट.

जयसिंग : ते— तिकडलं टॉयलेट बिघडलंय. तू या इकडल्या टॉयलेटमध्ये जा— (गेस्टरूमकडे वळवतो.)

जैन : ग्लॅड्ली. आपल्याला कुठून तरी टॉयलेट भेटल्याशी कारण.
[जैनला गेस्टरूमकडे सोडून जयसिंग उभा. सरिता येते.]

सरिता : जैन आलाय् ना?

जयसिंग : हो. त्याला जेवायला ठेवून घ्यायचं नाही. निघालाच आहे तो. त्याला जाऊ दे.
[सरिता यावर काही म्हणत नाही. तिला हे विचित्र वाटते आहे.]
तिच्यावर नजर आहे ना? बाहेर येऊ द्यायचं नाही तिला. शी मस्ट स्टे इनसाइड.
[जैन येतो गेस्टरूमकडून.]

जैन : हाय् भाभीजी— म्हणजे याला इंग्लिश हाय आणि तुम्हांला

मराठी हाय. देशातल्या एक्स्प्लॉयटेशनविरुद्ध लढाया करणारा हा जयसिंग तुम्हांला एक्स्प्लॉइट करतो. एका वेळी हॉर्सरायडिंग आणि नेमबाजी करणाऱ्या सरदार घराण्यातल्या एका पोरीची पार घरेलू औरत केली यानं. (जयसिंगाला नाटकीपणे) शेम ऑन यू! हे स्कूप कधीतरी काढणार आपण! हीरो ऑफ् ॲंटिएक्स्प्लॉयटेशन कॅम्पेन्स मेक्स अ बॉंडेड् लेबरर ऑफ् हिज वाइफ! (मनगटावरल्या घड्याळाकडे लक्ष जाऊन) माय् माय्! इट्स् ऑलरेडी टू. (जयसिंगला) बाय्— (सरिताला) बाय् लव्हली बॉंडेड् लेबरर— (आठवण होऊन जयसिंगला) सी यू इन् द इव्हनिंग— प्रेस् कॉन्फरन्समध्ये.

[जैन जातो. जयसिंग सुटकेचा श्वास टाकतो. अजून काहीसा टेन्स.]

सरिता : जेवण तयारच होतं— जेवून गेला असता—

जयसिंग : (एकदम तोल सुटून) आर यू अ फूल? (सावरून) सॉरी.

[एक विचित्र स्तब्धता.]

(प्रयत्नपूर्वक) ती काय करते आहे? कमला?

सरिता : कमळाबाईंच्या खोलीत सध्या व्यवस्था केलीय तिची. आता अंघोळीला पाणी देते तिला—

जयसिंग : (जोराने) नो.

(सरिताला पुन्हा विचित्र वाटते.)

आय् मीन, रात्री किंवा उद्या सकाळी करील ती अंघोळ. आणि त्यांच्यात दिवसचे दिवस अंघोळ करीत नाहीत. दुष्काळी भाग आहे तो. पाणी असणार कुठून? उलट अंघोळ केल्यावरच अस्वच्छ वाटेल तिला. मला—मला विचारल्याशिवाय प्लीज काही करू नको तिच्या बाबतीत. फॉर गॉड्स सेक!

सरिता : (आज्ञाधारक सुरात पण मुद्रेवर आश्चर्य) नाही करीत.

जयसिंग : संध्याकाळची प्रेस् कॉन्फरन्स एकदा होऊन जाऊ दे, ते फार महत्त्वाचं आहे.

सरिता : (विषय बदलत) जेवायला वाढू? सगळं तयार आहे—

जयसिंग : ओ येस्.

सरिता : काकासाहेबांना बोलवा.

जयसिंग : (आठवण होऊन) मी त्यांना म्हटलंय, एके ठिकाणी पोचवून द्यायची म्हणून आणली आहे. तू त्यांना तसंच सांग. (ती ब्लँक.) कमलाबद्दल म्हणतो मी.

[सरिताला हे सर्वच खटकते आहे. पण ती बोलत नाही. जयसिंग गेस्टरूमकडे जातो.]

जयसिंग : (गेस्टरूमचे दार वाजवून) काकासाहेब— जेवायला चला— (अंधार होतो.)

[प्रकाश येतो.
दिवाणखानाच.
दुपार.
जयसिंग स्वत:च्या नादात फेऱ्या घालतो आहे.
काकासाहेब सोफ्यात बसून त्याचे फिरणे पाहत आहेत.
मध्येच जयसिंग फोनकडे जातो. नंबर फिरवून विचारतो, 'एव्हरिथिंग परफेक्ट?' मिळालेले उत्तर ऐकून रिसीव्हर ठेवतो. पुन्हा स्वत:च्याच तंद्रीत. काकासाहेब संथपणे आत निघून जातात. जयसिंग ॲबसेण्ट माइण्डेड्ली पहावे तसा त्यांना जाताना बघतो.]

जयसिंग : (मनगटावरचे घड्याळ पहात हाक घालतो.) सरिता— ए सरिता—

[सरिता येते.]

ती काय करते आहे?

सरिता : बरं नाहीय तिला. झोपली आहे.

जयसिंग : उठव तिला.

सरिता : आताच झोप लागल्यय—

जयसिंग : असू दे. उठव आणि इकडे पाठव. तिच्याशी बोलायचं आहे मला.

[सरिता किंचित्काळ तशीच उभी.]

काय म्हणतो मी? ऐकू येतं ना तुला?

[सरिता आत जाते. फोन वाजू लागतो. जयसिंग तो घेतो.]

जयसिंग : हॅलो.

फोन : हॅलो, कौन जयसिंग? मै हरबन्स बोल रया. अरे क्यूँ शामको प्रेस् कॉन्फरन्स हो रही है ना? इज इट् अ सर्टण्टी?

जयसिंग : व्हॉट डु यू मीन, प्रेस् कॉन्फरन्स हो रही है न? क्यों नहीं होगी?

फोन : अरे यार, मैं तो सिर्फ इन्क्वायरी कर रया था.

जयसिंग : कौन कहता है कि नहीं होगी? किने केयाए?

फोन : कहेंगा कौन यार. मैने सिर्फ पूछासी.

जयसिंग : सच बोल हरबन्स, डिड् एनी वन से इट्? क्या ऐसी अफवा है?

फोन : ओ नही यार. मैने ऐसे ही पूछासी. राबदी सौ, होगी ना प्रेस् कॉन्फरन्स? अच्छा भाई, ठीक है. शामको मिलते है हाँ. अच्छा, बाय् जय—

[फोन डिस्कनेक्ट होतो. अपसेट जयसिंग. मागे कमला येऊन कोपऱ्यात मर्यादेने उभी. चेहऱ्यावरून पदर. जयसिंगला ती आल्याचे भान नाही.]

जयसिंग : (हात चोळत पुटपुटतो) ओह्, ब्लडी रूमर मॉंगर्स...

[कमला हलके खाकरते.]

कोण? कमला. इधर आओ कमला. यहाँ आओ.

[ती हलके हलके त्याच्या दिशेने येऊन उभी राहते.]

बैठो.

[ती उभीच.]

कहा न बैठो.

[ती मर्यादेने खाली बसते.]

जयसिंग : कमला, यहाँ कैसा लगता है?

कमला : बहुत अच्छा लगता है साब.

जयसिंग : कमला, आज शामको हम दोनोंको कहीं बाहर जाना है.

कमला : बम्बई देखूंगी. कहेत है बहुत बडा शहर.

जयसिंग : हम जहाँ जाएंगे वहाँ एक बडा त्यौहार मना जा रहा है.

कमला : क्या वहाँ क्रिसनजीका मंदिर है?

जयसिंग : नहीं.

कमला : तो रामजीका?

जयसिंग : नहीं. लेकिन वो बडी शानदार जगह है जहाँ ऐसे त्यौहार हमेशा मनाए जाते हैं. बहोत बडे बडे लोग वहाँ पधारेंगे. खाना, पीना होगा.

कमला : आप जाओ मालीक, हम वाँ का करेंगे?

जयसिंग : वे लोग तुम्हे मिलना चाहेंगे.

कमला : हाय दैय्या. मेरी ये सूरत. कपडाभी ठीक नही. मै नई आऊंगी.

जयसिंग : मगर तुम्हारे लियेही सब हो रहा है.

कमला : मुझे शरमिंदा ना करना. आप जाओ. आप तो बडे आदमी.

जयसिंग : कमला, हम दोनोंको जाना होगा. अकेला जाऊंगा तो सब मुझपर नाराज होंगे. वे पूछेंगे, कमला कहाँ है?

कमला : कै देना, सफर करके आयी है, बीमार है. सच्ची. ऐसेई कै देना.

जयसिंग : (क्रमशः स्वर, मुद्रा हार्डन होत जातात) तुम्हे आना होगा कमला.

कमला : आपकी दासी हूं. पै आज नई आऊंगी. कल नई तो परसों ठीक होने के बाद जरूर आऊंगी.

जयसिंग : तो हम भी नही जाएँगे.

कमला : ना, ना. आपको जाना पडेगा. कमला के लिये ऐसा नई करना, मालिक.

जयसिंग : मै ने कह रखा है कमला, के तुम्हे लेकर आऊँगा. अब तुम नही चलोगी तो सबके सामने झूटा कहलाऊँगा. इससे तो अच्छा है कि ना जाऊँ.

कमला : (जरा वेळ घेऊन) तो हम बादमे कबी जाएंगे. हां.
[जयसिंग पेचात.]

जयसिंग : कमला, तुम मेरा हुकूम नही मानोगी?

कमला : ये कैसे? आप कमलाके मालिक हो.

जयसिंग : तो मैं हुकूम देता हूं के तुम्हे मेरे साथ वहाँ चलना पडेगा और

आजही चलना पडेगा.
[कमला गप्प.]

कमला : वाँ ऐसा है का?

जयसिंग : वहाँ हमारा बडा शानदार स्वागत होनेवाला है. लोग तालियाँ बजाएंगे, बधाई देंगे. तुम्हारे लिये वहाँ एक खास कुर्सी रख्खी होगी. उसपर तुम तशरीफ रखोगी—

कमला : कुर्सी? आपन तो नीचेही बैठेंगे.

जयसिंग : तो लोग हमे हसेंगे. यहां नीचे कोई नही बैठता. सब कुर्सी पर बैठते हैं.

कमला : आप— हमारे पास— रहोगे ना? देखो हमको भौत डर लगेगा.

जयसिंग : मैं तुम्हारे साथ रहूंगा. और लोग तुम्हारे साथ बाते करेंगे.

कमला : हमारे साथ? हमको तो बातई करना नही आता. इत्ते मर्दोंके सामने एक अनपढ औरत का कहेंगी?

जयसिंग : सिर्फ सवालोंके जबाब देना.

कमला : कैसे सवाल?

जयसिंग : तुम्हारे बारेमे ही वे कुछ पूछेंगे. तुम्हारा देस कैसा है? घरवाले कैसे हैं? वहाँ क्या काम करती थी? क्या खाती थी?

कमला : सब बताना पडेगा?

जयसिंग : हां.

कमला : हम घरमे भूखे नंगे रहे तो क्या वो सबको बताना पडता है?

जयसिंग : अच्छे लोग पूछते हैं तो बताना अच्छा होता है.

कमला : आप मेरी मदद करोगे ना?

जयसिंग : जरूर करेंगे.

कमला : तो मै आपई के साथ चलूंगी. पै ये कपडा ठीक नही है. कित्ता फट गया है. गंदा है.

जयसिंग : (घाईने) डोण्ट वरी, कमला— याने के चिंताका कोई कारण नही है— सब कुछ ठीक हो जाएगा. अब तुम अंदर जाओ, बुलाएँगे तब आना.

कमला : (उठत) जी. (उठून मर्यादेने आत जाते.)

[जयसिंग एक्सायटेडच आहे. फेऱ्या घालतो. मनगटावरचे घड्याळ पाहतो. फोनशी जाऊन नंबर फिरवतो. काकासाहेब त्यांच्या गेस्टरूमबाहेर येऊन उभे, हे पाहत.]

जयसिंग : (रिसीव्हरवर) मै जयसिंग बोल रहाँ हूं. सब पक्का है न? बहोत अच्छे. एव्हरिथिंग इज फाइन हिअर. अरे बाबा, नवरी आता बोहल्यावर चढवायची फक्त बाकी आहे. नही समझे? कुडीदे फेरे होने बाकी ने! (हसतो.) करेक्ट साडेपाच. ऑन डॉट. कीप फोटोग्राफर्स रेडी. ओ. के.? बाय्. (रिसीव्हर पिनवर ठेवतो.)

[सरिता येते. काकासाहेब तिला दिसलेले नाहीत.]

सरिता : तिला घेऊन निघता आहात?

जयसिंग : का? काय झालं? वेळ आहे अजून—

सरिता : माझ्याकडे माझी एखादी साडी मागते आहे ती—

जयसिंग : (वैतागत) कोण? कमला? मुळीच देऊ नको. काही द्यायचं नाही तिला!

[सरिता यातल्या जोराने जरा दबलेली.]

मला विचारल्याशिवाय काही देऊ नको, आय टेल यू.

सरिता : मी विचारायलाच आले—

जयसिंग : मी तेच तुला सांगतो आहे. आहे त्या साडीतच प्रेस् कॉन्फरन्सला येईल ती.

सरिता : बाईची जात— तिची साडी फाटली आहे—

जयसिंग : (आवाज चढतो) आय् नो, आय् नो. मला हे सांगण्याची गरज नाही, अंडरस्टँड? मला सगळी कल्पना आहे. तसंच मला तिनं प्रेस् कॉन्फरन्समध्ये दिसायला हवं आहे. फार महत्त्वाचं आहे ते.

सरिता : बरं (आत जाते.)

जयसिंग : सरिता—सरिता—

(ती परत येते.)

आय् ॲम सॉरी. जरा जास्तच टेन्स आहे मी आज. एवढी प्रेस् कॉन्फरन्स होऊन जाऊ दे बघ.

सरिता : जाऊ मी?

जयसिंग : हो. चहा कर झक्कसा. तो आलंबिलं घालून करतेस तोच कर.
[सरिता आत जाते. काकासाहेब उभ्या जागेवरून पुढे येतात.]

काकासाहेब : माझ्यासाठीही कर सरिता. (जयसिंगला) कुठवर आलं तुझं कट-कारस्थान?

जयसिंग : कट-कारस्थान?

काकासाहेब : तुमच्या रक्तव्यवसायातलं कट-कारस्थान.

जयसिंग : (मोठ्यांदा पण काहीसे पोकळ हसून) हां, हां, चालू आहे.

काकासाहेब : माझी अडचण होईल तेव्हा न संकोचता सांग.

जयसिंग : सांगेन की, जरूर सांगेन.

काकासाहेब : आत्ता खोलीत तुझ्या पेपरचे जुने अंक चाळत पडलो होतो. तर सहज एक विचार सुचला, सांगू का?

जयसिंग : तुम्हांला परवानगी कधीपासून लागू लागली?

काकासाहेब : आमच्या जिल्ह्याची तुला कल्पना नाही. तिथं तू येण्यासारखी काही मोठी भानगड होत नाही तर तुला तरी कल्पना असणार कशी? पण तसा आमचाही जिल्हा बऱ्यापैकी भानगड्या आहे. मुळात बेटा दुष्काळी आहे. त्यामुळे खाबूगिरी खूप. त्याशिवाय मटका, जुगार, हातभट्ट्या, कुंटणखाने, लाचलुचपत. मधून मधून खून आणि बलात्कारसुद्धा. त्यामागे चांगली वजनदार माणसं असली तर दडपादडपी. हरिजन आहेत, त्यामुळे हरिजनांवर जमेल तेव्हा अन्याय—अत्याचारही आहेत. याशिवाय राजकीय कुलंगडी. मी काय म्हणतो, की समजा, माझं गरीबडं लंगोटीपत्र मी तुमच्या पद्धतीनं चालवायचं ठरवलं—

जयसिंग : तुम्ही? आणि आमच्या पद्धतीनं? मग तुमच्या साधन-शुचितेचं काय?

काकासाहेब : ती काढली रे मोडीत. नाहीतरी तीस वर्षांत तिनं काय दिलं? तर ऐकून घे. मी बोलून चालून मालक— आतबट्ट्यातल्या वीतभर पेपराचा का असेना पण मालक आहे. आता मी पदरी तुझ्यासारखी दोन उचापती तरुण पोरं ठेवणार— तुझ्याइतकी कुशल नसतील ती, पण आमच्या जिल्ह्यात चालेल—

जयसिंग : (मजेने) बरं.

काकासाहेब : धावपळ—तंत्र, गुप्त हेरगिरी वगैरे मार्गांनी ती रोज जिल्ह्याच्या कोन्याकोपऱ्यातून नवनवा मालमसाला आणतील. मी तो तिखटमीठ लावून छापणार. रोज नवी खळबळ, नवे स्फोट, फिर्यादी, धमक्या, खुलासे, प्रतिखुलासे. वाढता खप, वाढत्या जाहिराती, वाढतं उत्पन्न. पुन्हा हाती नोटांची पुडकी घेऊन दाराशी ताटकळणारे अडचणीतले मातबर. माझा अंदाज, चार ते पाच वर्षांत माझा बंगला होईल बघ.

जयसिंग : (उपरोधिक स्वर) त्यासाठी सर्व.

काकासाहेब : हो, म्हणजे आपल्याला काही तुझ्या मालकासारखं प्रत्येक मोठ्या शहरात एक गगनचुंबी इमारत आणि दोन तीन वर्तमानपत्रं इतकं जमणार नाही. आपली छोटी भूक. दहाएक वर्षांत बऱ्यापैकी इस्टेट झाली की मागे बायकोमुलं बसून खातील.
[जयसिंग गप्प.]
कसं वाटतं तुला?

जयसिंग : (कडवटपणे) तुम्हांला म्हणायचंय पोटार्थी जर्नालिझमचाच हा नवा प्रकार आहे— आम्ही करतो आहोत तो—

काकासाहेब : आणि जमला तर बरा प्रकार आहे. म्हणजे धोका असला तरी प्राप्तीही तशीच आहे. उदाहरणार्थ, पाच वर्षांपूर्वी करोल बागेत आऊटहाउसमध्ये संसार थाटून जगणारा तू आज या नीतीबागेत या छोट्याशा का असेना पण बंगल्याचा रहिवासी आहेस. नोकरचाकर आहेत, गाडी आहे. विमानानं देशात कुठेही फिरतोस. पंचतारांकित हॉटेलात तळ टाकतोस. परदेशी वकिलातीतून तुला पार्टीची आमंत्रणं येतात. थेट मंत्र्या—मुख्यमंत्र्यापर्यंत नाहीतर अगदी पंतप्रधानापर्यंत तुझा राबता. काय वाईट आहे? तात्पर्य, हा खेळ जमेल त्यानं खेळायला काही हरकत नाही, फक्त तो जमला पाहिजे.

जयसिंग : खेळ!

काकासाहेब : तसा वाघावर स्वार होण्याइतका कठीण आहे तो. सोपा नाही.

जयसिंग : काकासाहेब, हा खेळ नव्हे आणि तुम्ही म्हणता तसल्या गोष्टींसाठी

मी तो खेळतही नाही—

काकासाहेब : खरं म्हणतोस? मग या सगळ्या जिवापाड खस्ता तू कशासाठी खातोस?

जयसिंग : (आवेशाने) याच्यामागे एक कमिटमेंट आहे, सोशल पर्पज आहे— मग तुम्ही ते न का मानानात. मी करतो, आम्ही करतो ते कुणीतरी करण्याची आज गरज आहे. देशातल्या टोटल मॉरल रॉटमध्ये कुणीतरी मॉरल प्रिन्सिपल्स, मॉरल नॉर्म्स, मॉरल व्हॅल्यूज अपहोल्ड करायला हवेत. कुणीतरी ज्यांच्या हाती पॉवर मशिनरी आहे त्यांची बेबंद चाल रोखायला हवी आहे. समाजातल्या वुइक बॅकवर्ड सेक्शन्सवर ॲटॅक्स होत आहेत. त्याविरुद्ध बोंब मारणारं कुणी आज हवं आहे. आज देशातला कॉमन मॅन एका—एका गुंगीत जगल्यासारखा जगतो आहे. त्याला वारंवार धक्के मारून सत्य परिस्थितीची जाणीव देणं, त्याला कॉन्सण्टाइज करणं, त्याला एका सोशल आणि पोलिटिकल चेंजच्या स्ट्रगलसाठी प्रिपेअर करणं यासाठी आज एका शक्तीची गरज आहे—

काकासाहेब : आणि हे सर्व तू करतो आहेस. तुम्ही करता आहात.

जयसिंग : येस्, आम्ही करतो आहोत—

काकासाहेब : इंग्रजीत.

जयसिंग : काय म्हणालात?

काकासाहेब : मी म्हणालो, इंग्रजीत तुम्ही हे सर्व करता आहा.

जयसिंग : सो व्हॉट्स रॉंग इन् इट्? हरकत काय आहे?

काकासाहेब : हरकत कसलीच नाही रे. पण इंग्रजी येण्याचं महद्भाग्य ज्यांना लाभलं आहे अशा या देशातल्या मोजक्या 'सामान्य' माणसांसाठीच हे असणार. आणि हे भाग्यवान लोक या देशात सामाजिक आणि राजकीय बदल घडवून आणणार. बाकीचे बहुसंख्य बिचारे त्यांच्या गुंगीत जगत राहणार. कारण त्यांना इंग्रजी येत नाही आणि म्हणून तुमचं वाचता येत नाही.

जयसिंग : काकासाहेब, काय म्हणायचं ते सरळ म्हणा की—

काकासाहेब : म्हणू? हा तुमचा नवा जर्नालिझम पैसा मिळवण्यासाठी नसेल

ना, तर तो वंध्या—संभोग आहे. तुला हा अवघड मराठी शब्द कदाचित कळणार नाही म्हणून सांगतो, यातून काहीही निष्पन्न होणार नाही. अरे, आधी लोकांच्या भाषेत बोला, लिहा. मग सांगा.

[सरिता चहा घेऊन येते. जयसिंगचे टेन्शन हेरते. तो टेन्स राहूनच चहा घेतो.]

सरिता : (काकांना चहा देत) काय झालं? काहीतरी वाद झालेला दिसतोय—

काकासाहेब : (गरीब चेहऱ्याने) छे छे. अग मी कसला त्याच्याशी वाद करतोय? तोच आज सकाळपासून फार अपसेट वाटतोय—

[जयसिंग, काकासाहेब चहा घेतात. जयसिंग अजून टेन्स. सरिता बसून पाहते आहे.]

काकासाहेब : ए जयसिंग, अरे इतकं काय टेन्स व्हायचं. ही सरिता बघ काळजीत पडलीय.

[जयसिंग तसाच.]

मी जाऊ का? त्यामुळे बरं वाटेल? माझी काय, तयारीच आहे—

[जयसिंग तसाच. चहा घेतो आहे.]

क्षमा मागतो बाबा तुझी, मग तर झालं? तसा हाडाचा पत्रकार असल्यानं वाटेल तेवढ्या वेळा क्षमा मागतो— अगदी बिनशर्त आणि सपशेल—

[जयसिंग थोडा रिलॅक्स होतो.]

(सरिताला) आता जरा खुलला बघ तो. खुलला ना? सपशेल क्षमा मागतो म्हटल्यावर खुलला—हूं—

[कमळाबाई येतात.]

सरिता : (लक्ष जाऊन) काय कमळाबाई?

कमळाबाई : इकडे या. अशा इकडे या जरा.

सरिता : (जाऊन) काय आहे?

कमळाबाई : हे काय आणलं तुम्ही घरात?

सरिता : कशाबद्दल म्हणता?

कमळाबाई : ते— सोंग. साहेबांनी सकाळी आणलेलं.

सरिता : त्याचं काय?

कमळाबाई : मला विचारते, तुला विकत आणलं का मजुरीवर ठेवलं? एवढ्यावर भागलं नाही. विचारते, मजुरी किती देतात? काय काय काम करतेस? मला विचारते ही! मी म्हणाले, तुला ग का चौकश्या? तर काय म्हणाली माहिताय? नोकरमाणसानं वर तोंड करून बोलायचं नसतं! खाल्ल्या अन्नाशी इमानानं राहावं म्हणते! मला! मी सांगते, ही इथं राहणार असली तर मी परत फलटनला चालले— एक दिवस मला इथं राहायचं नाही— माझं तिकीट काढून द्या—

सरिता : (त्यांना चुचकारीत) हळू कमळाबाई— मी पाहते काय ते— तुम्ही जा पाहू कामाला— मी बघते—
[कमळाबाई आत जातात.]

काकासाहेब : काय झालं कमळाबाईचं? कुठला भुंगा सतावतोय आता तिला?

सरिता : (जयसिंगच्या असण्याने विषय आवरता घेत) काही नाही. किरकोळ कुरबुरी.

काकासाहेब : असं असं. पुन्हा तुमचं रहस्य सुरू झालेलं दिसतंय. (उठून चालू लागत) मी आपला खोलीत जातो.

सरिता : तसं नाही काकासाहेब—

काकासाहेब : अग त्यात काय, तुम्ही बोला मोकळेपणानं— (गेस्टरूममध्ये जातात.)

जयसिंग : कमळाबाईंना म्हणावं, उद्या ती इथं राहणार नाही आहे.

सरिता : मग काय करणार तिचं?

जयसिंग : इथल्या एका अनाथ महिलाश्रमात आधीच व्यवस्था केली आहे आम्ही तिची. उद्या ती तिथे जाईल.

सरिता : अनाथ महिलाश्रमात?

जयसिंग : हेही अर्थात सोपं नाही. पोलीस तिचा ताबा घेण्याचा प्रयत्न नक्कीच करतील. पण आम्ही तो मिळू देणार नाही. आम्ही वकील तयार ठेवला आहे.

सरिता : पोलिसांना काय करायचंय याच्याशी?

जयसिंग : खुळ्यासारखं विचारू नकोस. माणसाची विक्री करणं जसा गुन्हा आहे तसा माणूस विकत घेणं हासुद्धा इंडियन पीनल कोडप्रमाणे गुन्हा आहे. त्याबद्दल केस आणि शिक्षासुद्धा होऊ शकते मला.

सरिता : इतकं असताना हे कशाला करायला हवं होतं?

जयसिंग : त्याशिवाय या गोष्टीचं गांभीर्य कुणाला कळण्यासारखंच नव्हतं.

सरिता : शिक्षा झाली मग?

जयसिंग : होऊ देच. थेट सुप्रीम कोर्टापर्यंत माझा संपादक ही केस लढवणार आहे. त्यानिमित्तानं या प्रश्नाला तेवढी प्रसिद्धी मिळेल आणि शिक्षा बहुतेक होणार नाही; कारण आमची बाजू आम्ही कायद्यानं व्यवस्थित केली आहे. फार विचारपूर्वक हे सर्व ठरलंय.

सरिता : विचार तिचा केला होता?

जयसिंग : कुणाचा? कमलाचा? तिला काय, होती त्या अन्नान्न दशेपेक्षा अनाथाश्रम म्हणजे चैनच वाटेल तिला. काही न करता दोन वेळा खायला. डोक्यावर पक्कं छप्पर. शी विल् बी मोअर दॅन हॅपी. आदिवासींच्या एका दंगलीत काही आदिवासी बाया शिक्षा होऊन तुरुंगात गेल्या. तुरुंगात मी त्यांची मुलाखत घेतली तेव्हा त्या आपल्या आनंदात! म्हणाल्या, इथं फारच छान आहे. तेवढी काहीतरी व्यवस्था करून आम्हांला इथेच कायम ठेवण्याची सोय करा—

सरिता : तिला लगेच अनाथाश्रमात धाडणं मला बरं वाटत नाही.

जयसिंग : हे बघ, उगाच हळवेपणानं विचार करू नकोस. तिच्या दृष्टीनं बघ. तिला त्यात काही वाटणार नाही. शी मस्ट गो देअर टुमॉरो. आजची प्रेस् कॉन्फरन्स झाली की इथलं काम संपेल तिचं. नंतरची सर्व व्यवस्था केलेली आहे. (घड्याळ पाहून) चला, निघायला हवं. पाठव तिला.

[विचारमग्न सरिता आत जाते. कमलाला घेऊन येते. तोवर जयसिंग तिथल्या तिथे तयार होतो.]

जयसिंग : चलो, कमला—

(काकासाहेब खोलीबाहेर येऊन हे पाहत आहेत. कमला त्यातल्या त्यात स्वत:ला अंगभर झाकून घेते. जयसिंगमागून कमला बाहेर जाते. सरिता, काकासाहेब तसेच उभे. फोन वाजू लागतो. [पडदा.]

अंक दुसरा

[रात्र. दिवाणखाना.
बेल वाजते.
सरिता जाऊन दार उघडते.
जयसिंग, जैन येतात. मागून कमला येते. येते तशी आत जाते.
सर्वांमागून सरिता येते.
जयसिंग आणि जैन बऱ्यापैकी प्यायलेले आणि मजेत आहेत.
जयसिंग स्वत:वर खूष दिसतो.]

जैन : तू चूप रह बे! साल्या तू दुपारी यासाठी मला त्या आतल्या टॉयलेटकडे जाऊ देत नव्हतास! आतलं टॉयलेट बिघडलंय, काय? बिघडलंय!! (सरिताला) ही इज अ फर्स्ट क्लास रास्कल, आय टेल यू वहिनी. साला दोस्तापासून गोष्टी चोरून ठेवतोस? चोरून? पण आपण या रास्कलला सलाम करतो. कारण तो महारास्कल आहे, साधा रास्कल नाही. प्रेस् कॉन्फरन्स पार स्कोअर केलीन! सगळे डोळे फाडून पाहत बसले आमचे एस रिपोर्टर्स. कुणाला काही सुगावा नाही आणि मॅडम कमलाला सादर केलीन यानं. सनसनाटी स्कूप! वुइथ कॉंक्रीट एव्हिडन्स. ग्रेट रास्कल, सलाम करतो आपण तुला.

जयसिंग : जाऊ दे रे. एव्हरिथिंग इज फेअर इन् लव्ह अँन्ड—

जैन : सेन्सेशनल जर्नालिझम! तुझं ठीक आहे, पण आमचा संपादक

उद्यापासून आता आमच्या शेपट्या पिरगाळणार! म्हणणार, लुक व्हॉट जयसिंग ब्रॉट! यू हॅव टु ब्रिंग समथिंग स्टिल मोअर एक्स्प्लोझिव्ह, सेन्सेशनल!

[काकासाहेब खोलीतून येतात.]

जयसिंग : (खुषीने) या ना काकासाहेब, बसा.

काकासाहेब : झोपत होतो. काही तरी जोरजोरानं चाललेलं ऐकलं म्हणून बाहेर आलो. खासगी असलं तर जातो.

जयसिंग : आता काही खासगी नाही. खासगी संपलं. उद्याच्या पेपर्समध्ये सगळं येणार. ओ सॉरी— अरे जैन, हे हिचे काका. (सरिताला) तू आतून पाणी घेऊन ये— (पुन्हा जैनला) शिवाजीराव मोहिते— जर्नालिस्ट— स्वतःचा पेपर आहे त्यांचा— काकासाहेब, हा जैन—

जैन : (काकासाहेबांना) ग्लॅड टु मीट यू, काकासाब. आपली ही दुसऱ्यांदा ओळख होते आहे— कोई हर्ज नही!

जयसिंग : ओ सॉरी, आधी ओळख झालीय होय तुमची? माझ्या लक्षातच राहत नाही—

जैन : तुझ्या त्या आऊटहाउसमधल्या बिऱ्हाडात काकासाब आले होते तेव्हा ओळख झाली होती आमची. काकासाब, तुमच्या जावयानं आज जोरदार तमाशा दाखवला.

जयसिंग : नाटक म्हण, नाटक—

जैन : प्रेस् क्लबवरच्या नाटकांना तमाशा असं म्हणतात. (सरिता पाणी घेऊन येते.) वहिनी, याच्या हीरॉइननं तर त्या शबाना आणि स्मिताची पार छुट्टी करून टाकली. कुठं गेली ती? आत गेली. (जयसिंगला) नमुना पण नमुना शोधून आणलास बघ. (सरिता आणि काकांना) नुसतं येणं आणि बसणं— एवढ्यातच अर्धी प्रेस् कॉन्फरन्स खाल्ली तिनं. मग आमचे लोक लागले प्रश्नांच्या तोफा डागायला. फोटोग्राफर्स अँगल पकडायला धडपडत होते. तेवढ्यात कुणीतरी फोटोसाठी पदर चेहऱ्यावरून बाजूला करण्याचा आग्रह धरला. एकानं तर हात धरून पोज देण्याचा प्रयत्न केला. आमच्या लोकांचं हे नेहमीचं

आहे. पण जन्मात पहिल्यांदा असलं काही बघणारी ही बाई— मला तर वाटलं, ही प्रेस् कॉन्फरन्स सोडून पळून जाते की काय—

जयसिंग : (ड्रिंक्स तयार करतो आहे) तसं झालंच असतं— शेजारी मी होतो आणि सारखा चुचकारत होतो म्हणून कशीतरी टिकली ती— (काकांना) काकासाहेब, घेणार? (काकासाहेब नको म्हणतात. (सरिताला) तू? (सरिता नको म्हणते.)

जैन : (जयसिंगने दिलेला ग्लास स्वीकारीत) चीअर्स. प्रश्नांचा तर आनंदच होता. आमच्यातले काही जर्नलिस्ट इतके मूर्ख आहेत, इतके मूर्ख आहेत की प्रश्न विचारताना मंत्री आणि आदिवासी यातला फरक त्यांच्या टाळक्यातच येत नाही. एकानं चष्म्याच्या भिंगांतून डोळे वटारून विचारलं, तुमच्या भागातले महत्त्वाचे प्रश्न कुठले?

जयसिंग : प्रश्न नव्हते, समस्याएँ— प्राब्लैम्स— त्या बाईला विचारतो तो— समस्याएँ— (हसून घेतो.)

जैन : तर दुसरा विचारतो, आदिवासियों के इकनॉमिक एक्स्प्लॉयटेशन के बारेमे आपकी क्या राय है जी?

[दोघे हसून घेतात. पिताहेत.]

जयसिंग : त्यापेक्षा तो गुप्ताजीचा प्रश्न—

जैन : कुठला रे?

जयसिंग : अबाव द पावर्टी लैन अँड बिलो द पावर्टी लैन—

जैन : हो हो हो, तो! जवाब नही। (हसत) साला जणू काही दिल्ली स्कूल ऑफ इकनॉमिक्समध्ये शिकून कमलादेवी प्रेस् कान्फरैन्स द्यायला आली! दॅट वॉज स्मॅशिंग, आय मस्ट से.

[दोघे हसतात.]

जयसिंग : दिवसाकाठी पावर्टी लैनला एकदा तरी लटकल्याशिवाय गुप्ताजीला मुळी चैन पडत नाही—

जैन : कुणीतरी परवा प्रेस् क्लबवर म्हणत होतं, गुप्ताजींचा हल्ली पत्ताच, पावर्टी लैन, ठीक सोशलिज्मके सामने, अशोका विहार, नई दिल्ली, असा आहे!

जयसिंग : (पीत) दॅट्स अ गुड् वन्.

[सरिता आत जाऊ लागते.]

जैन : जाता कुठे वहिनी? थांबा. खरं तर पुढंच आहे, काय रे?

[जयसिंग पीत मान हलवतो.]

आमच्यातले काही शुद्ध गाढव तसे काही जबर हुश्शार. समोर जे कुणी असेल त्याचे हे बाप लागून जाणार. एक प्रश्न आला, तुमच्यात फ्री सेक्स असतो म्हणे तर अनौरस संततीचं काय करता?

जयसिंग : त्यांच्या मते जगातले तमाम आदिवासी दिवसरात्र फ्री सेक्स करीत नाचत असतात! नॉन्सेन्स!

जैन : त्याबरोबर दुसऱ्याला खुजली उठली. त्यानं विचारलं, आप भी तो फ्री सैक्स करती होगी तो आजतक कितने मर्दोंके साथ सैक्सका अनुभव किया है?

सरिता : (न राहवून) लाज कशी नाही वाटली असं विचारायला?

जैन : असेल तर वाटेल ना?

जयसिंग : (पीत) पुढे ऐक तू—

[सरिता उठते. काकासाहेब तिला बसवतात.]

जैन : आमचा चाँद वासवानी उठून हातवारे करीत दरडावून म्हणाला की, कमला, यानं— म्हणजे जयसिंग जाधवनं— तुला कुठे विकत घेतलं ते खरं खरं सांग. बाजारात की घरी आला होता? भिऊ नकोस. ईश्वराची शपथ खाऊन उत्तर दे. म्हणजे काय की, पत्रकार असला तरी प्रश्न विचारताना वास्वानी स्वत:ला कोर्टात उलटतपासणी घेत आहोत असंच समजतो—

जयसिंग : थर्ड क्लास एल्एल्. बी. आहे तो—

जैन : दुबेनं इथं नेहमीप्रमाणं त्याच्या मते विनोद टाकण्याचा प्रयत्न केला. त्याचा प्रश्न — काय होता रे?

जयसिंग : या नव्या शेठबरोबर—

जैन : आठवलं. (तसा आवाज काढीत) इस नये सेठके साथ थोडाबहुत फ्री सैक्स किया होगा तुमने— तो इसके बारेमे कुछ तो हमे बताओ— कुलमिलाकर अनुभव कैसा रहा?

काकासाहेब : ही तुमची प्रेस् कॉन्फरन्स!

जैन : (पीत) ही फक्त आजची प्रेस् कॉन्फरन्स!

जयसिंग : (पीत) एक मिनिट. गैरसमज करून घेऊ नका, काकासाहेब. तसा प्रसंग गंभीर असला तर चांगले आणि नेमके प्रश्नही विचारतात आमचे लोक. काही वेळा तर एखाद्या खमक्या राजकारण्याच्या नाकात दम आणतात.

जैन : ऑफ् कोर्स. पण त्यासाठी प्रसंग गंभीर हवा.

काकासाहेब : मग आज काय विनोदी प्रसंग होता?

जयसिंग : तसं नव्हे— पण पहिला धक्का ओसरल्यावर मंडळी थोडी रिलॅक्स झाली—

जैन : रोजचा राजकारणाचा मामला नाही म्हटल्यावर त्यांनी मजा केली—

काकासाहेब : मजा! त्या गरीब बाईची मजा!

जयसिंग : तिला हे काय चाललंय हे कळतच नव्हतं.

सरिता : कशावरून?

जयसिंग : अग, मी तिच्या शेजारीच होतो ना! एकदोनदा— (काकासाहेबांना) प्लीज् डोण्ट मिस्अंडरस्टँड— लोक हसतात म्हणून तीसुद्धा हसली. कळलं काहीच नव्हतं तिला. कळेल अशी माझी अपेक्षाही नव्हती. मला फक्त तिला एक एव्हिडन्स— पुरावा — म्हणून प्रेझेन्ट करायचं होतं; ते झालं.

जैन : इट वॉज अ व्हेरी सक्सेसफुल् अँड कन्व्हिन्सिंग प्रेस् कॉन्फरन्स, रिअली.

जयसिंग : (सरिताला) बोलण्याचं काम मीच केलं, ती फक्त बसून होती. विचार याला.

जैन : (उसासून) आता मला कुठे जाऊन काय पकडून आणावं हा प्रश्न आहे! (जयसिंगला) आय विल् स्कोअर ओव्हर यू, यू विल् सी, यू बास्टर्ड... (काकासाहेब जाणवून जीभ चावीत) सॉरी. अजून प्रेस् क्लबवर आहे असंच वाटतंय!

जयसिंग : (सरिताला, पीत) आपण उगाच फार सेण्टिमेण्टली पाहतो. तशी ही रानातली माणसं चांगली रोबस्ट असतात. दे कॅन

टेक मेनी थिंग्ज. तुम्हांला सांगतो, काकासाहेब, अस्वलानं हाड बाहेर काढलेले आदिवासी मिशन हॉस्पिटलमध्ये स्वत:च्या पायानं आलेले मी पाहिलेत. ॲनस्थेशियाशिवाय तिथं जंगलात त्यांची ऑपरेशनं हे मिशनरी लोक करतात, हूं का चूं करीत नाही माणूस! जात्याच सहनशील.

काकासाहेब : म्हणून आपण त्यांच्या सहनशक्तीचा अंत पाहायचा!

जयसिंग : असं म्हणत नाही मी—

सरिता : तिला वेडेवाकडे प्रश्न विचारले जात असताना, तिचं हसं होत असताना स्वस्थ बसून पाहत राहिलात तुम्ही?

जयसिंग : तुमची दोघांची काहीतरी चुकीची कल्पना झाल्यय. जैन, तू नेहमीप्रमाणं चुकीचं चित्र रंगवलंस यार. (सरिताला) हे बघ, काही व्यवस्थित आणि सरळ प्रश्नही विचारले गेले तिथे—

जैन : बिलकुल! ऑफ् कोर्स!

जयसिंग : आणि मी तेच सांगायचा प्रयत्न करतोय की काही प्रश्नांमध्ये तुला आणि मला जाणवलं ते तिच्या गावीही नव्हतं. अनेक प्रश्न तिला कळलेच नाहीत.

काकासाहेब : यानं, तिचं जे हसं झालं ते बदलत नाही—

जयसिंग : मग तसं दिल्लीत प्रेस् कॉन्फरन्स देणाऱ्या प्रत्येकाचंच थोडंफार हसं होत असतं, काकासाहेब. इट्स ऑल् इन् द गेम.

जैन : ही इज राइट देअर. ज्याला आपलं हसंच होऊ नये असं वाटत असेल ना, त्यानं दिल्लीत प्रेस् कॉन्फरन्स घेऊ नये.

सरिता : प्रेस् कॉन्फरन्स तिनं घेतली नव्हती.

जैन : (जयसिंगला) शी हॅज अ पॉइंट देअर! प्रेस् कॉन्फरन्स तू घेतलीस.

जयसिंग : (वैतागत) तू दोन्हीकडून बोल—

जैन : (खांदे उडवून) सत्य मानलं पाहिजे, मग ते कुठच्याही बाजूचं असो.

जयसिंग : (बऱ्यापैकी प्यायला आहे.) प्रेस् कॉन्फरन्स मी माझ्या फायद्यासाठी घेतली नाही. माणसांच्या बाजाराचं महाभयानक सत्य उजेडात यावं म्हणून मी प्रेस् कॉन्फरन्स घेतली.

काकासाहेब : आणि एका बाईचा बाजार केलास.

जयसिंग : (तारवटल्या डोळ्यांनी) काय म्हणालात?

काकासाहेब : एका बाईचा— त्या अडाणी आणि गरीब बाईचा बाजार केलास!

जयसिंग : (एकदम एक्साइट होत उठत, आवाज चढवून) मागं घ्या ते स्टेटमेण्ट— मागं घ्या—

[सरिता अलार्म्ड. उठून दोघांमध्ये येते.]

सरिता : (जयसिंगला) बसा पाहू तुम्ही. बसा आधी. (बळेच बसवते.)

जयसिंग : (गुरगुरत) ही हॅज टु ॲपॉलोजाइज फॉर धिस्—

सरिता : (काकासाहेबांना) मानू नका काही. यांचं होतं असं. (जयसिंगला) जेवून घ्या चला तुम्ही—(जैनला) तुम्ही जेवता?

जैन : (नर्व्हस्) अं, नको. बायको घरी वाट पाहत असेल. दुपारी जेवायला घरी नव्हतो, रात्री तरी (नर्व्हस् हसतो.) पोचायला हवं. नाही तर कायमचं बाहेर व्हावं लागायचं. (जयसिंगला) सी यू रास्कल— (सरिताला) अलीकडे याला पेलत नाही ड्रिंक. (काकासाहेबांना) नमस्ते—

(जैन जातो. वातावरणात अजून टेन्शन.)

काकासाहेब : आय् ॲपॉलॉजाइज. मी तुझी क्षमा मागतो, जयसिंग.

जयसिंग : आय् ॲम सॉरी. माझा एकदम तोल गेला. (आठवण होऊन) तुम्ही जेवलात?

सरिता : त्यांना जेवायला लावलं मी. तुम्ही येईपर्यंत थांबतो म्हणत होते.

काकासाहेब : गुड् नाइट जयसिंग. गुड् नाइट सरिता.

जयसिंग : गुड् नाइट.

[काकासाहेब खोलीत जातात. सरिता, जयसिंग यांच्यात अस्वस्थ स्तब्धता. जयसिंग पुन्हा पितो आहे.]

सरिता : (हातचा ग्लास घेऊन बाजूला ठेवीत) आता पुरे.

[सरिता जयसिंगच्या खूप जवळ. तिचा फिजिकल् प्रेझेन्स जयसिंगला जाणवतो आहे.]

जयसिंग : (याने क्रमशः उत्तेजित होत) आय ॲम सॉरी. बरेच दिवसांच्या

टेन्शननंतर एकदम रिलीफ आला आहे.

सरिता : म्हणून कुणी वडील माणसांचा अपमान करतं?

जयसिंग : सॉरी म्हटलं ना. त्यांना म्हटलं; तुला म्हणतोय. (तिचा हात हलकेच धरतो.)

सरिता : (हात सोडवीत) चला, जेवायला उठा.

जयसिंग : (हात पकडून ठेवीत) भूक नाही.

सरिता : ड्रिंक्सवर जेवलेलं बरं असतं.

जयसिंग : (आणखी उत्तेजित होत) आज नको.

[त्याच्यातला बदल सरिताच्या लक्षात येतो. ती अस्वस्थ.]

जयसिंग : जरा वर चल.

सरिता : (स्वत:च्याही नकळत काहीशा ठाशीवपणे) नो.

जयसिंग : मग मी जेवीन. आपण दोघं जेवू.

सरिता : (संयम न सोडता) अंहं; सोडा हात. मला काम आहे.

जयसिंग : (आता तिला मिठीत पकडण्यासाठी धडपडत) काम मग. आधी वर चल.

सरिता : (एका निकराने त्याला बाजूला झटकून) बाजूला व्हा. काय हे.

जयसिंग : (हर्ट) काय झालं? काय केलं मी? तू का असा चेहरा केलास? का दूर ढकललंस मला? यू हॅव नेव्हर डन् दॅट बिफोर.

(सरिताला मनस्वी ॲव्हर्जन. उत्तर देण्याच्या अवस्थेत ती नाही.)

जयसिंग : सांग ना. नवरा आहे मी तुझा, काय असं गैर मागितलं मी?

[सरिता ॲव्हर्जन कंट्रोल करण्याचा प्रयत्न करते आहे.]

जयसिंग : यू मस्ट टेल् मी. आय् मस्ट नो. डोण्ट आय् हॅव द राइट टु हॅव माय वाइफ व्हेन आय फील लाइक इट? डोण्ट आय्? माझी हीही भूक आहे— सहा दिवस उपाशी आहे मी— खायला मागितलं तर चूक काय आहे? उत्तर दे याचं.

[सरिता आत निघून जाते.]

जयसिंग : सरिता—

[ती गेलेली.]

(मूठ आपटून) द बिच्!

[किंचित्काळ उभा. मग ग्लासातले उरलेले ड्रिंक एका घोटात संपवून वर निघून जातो. किंचित्काळ हॉल तसाच निर्मनुष्य. भगभगीत प्रकाश. मग प्रकाश योजना बदलून मंद होते. किती वेळ गेला आहे कुणास ठाऊक. क्रमशः लक्षात येते की, एकीकडे सरिता एकटीच बसून आहे. घड्याळाची टकटक अपरात्र सुचवते. सरिताची हालचाल नाही. झोपली आहे की जागी हेही नीटसे कळत नाही. आतून एक आकृती डोकावते. मग हॉलमध्ये कुणी नाही असे वाटून हलके हलके पुढे येते. ही कमला.]

सरिता : क्या है कमला?

[कमला दचकते. घाईने वळून आत जाऊ लागते.]

ठहरो कमला.

[कमला थबकते. सरिता मोठा दिवा लावते. कमलाने चेहऱ्यावरून पदर घेतलेला.]

क्या चाहिये?

[कमला तशीच उभी. मग नकारार्थी मान हालते.]

तुम सोयी नही?

[कमला प्रथम स्तब्ध. मग नकारार्थी मान हालते.]

क्या नींद नही आती?

[कमलाची मान होकारार्थी हालते.]

तो यहाँ किसलिये आई थी?

कमला : (वेळ घेऊन) ऐसईं.

सरिता : (कसल्या तरी शंकेने) कमला, तुम यहाँसे भागना तो नही चाहती?

कमला : भाग के काँ जाऊँगी?

सरिता : (बसत) बैठो, कमला.

[कमला वेळ घेऊन जमिनीवर बसते.]

ऊपर बैठो ना. हम कहती है ऊपर बैठो.

कमला : (जमिनीवरच) आदत जो पड गई है. यहाँ ठीक लगता है.

सरिता : कमला, कमळाबाई सो गई?

कमला : हऔ लम्बें लम्बें खर्राटे भर रई है. आप नही सोयी? आप क्यौ यहाँ जागती थी?

सरिता : वैसीही. नींद नही आती थी इसलिये.

कमला : हाय दईया! तुमको भी नींद नही आती?

सरिता : हां.

कमला : नींद कायको नई आती?

सरिता : कभी कभी उड जाती है.

कमला : तुम यहाँ सोती है?

सरिता : नही, ऊपर सोने का कमरा है.

कमला : ऊपर भी कोई कमरा होता है?

सरिता : हां, कमला.

कमला : मईया री मईया! इत्ता बडा मकान (वेळ घेऊन) और कित्ता खूबसूरत. हमारे याँ राजाजीका महेल भी इतना खूबसूरत नई है.

सरिता : तुम्हे ये घर पसंद आया, कमला?

कमला : हाय दैय्या, किसको पसंद नही आयेगा? यहाँ क्या नई है? सब कुछ है. जैसे सपना होय. सच्ची. (वेळ घेऊन) वो काँ सोते है?

सरिता : कौन?

कमला : वो—वो जिन्ने हमे खरीदा!

सरिता : ऊपरवाले कमरेमे.

कमला : तो ऊपरवाला कमरा सबसे बढियाही होयगा. (थांबून) घरके मालिक है नं. मालिक का सब अच्छाही होना चाहिये. (थांबून) बालगुपाल नई दिकते?

सरिता : बालगोपाल? बालगोपाल कौन?

कमला : बच्चे.

सरिता : हमारे बच्चे नही है. (कमला गप्प होते.) क्यों? चूप क्यों हो गई?

कमला : ऐसईं. (थांबून) भगवान की कैसी लीला! इत्ता बडा घर और....

सरिता : (मजेने लटकी नाटकी होत) हां, कमला. घर काटने को आता

है. बडा सूना लगता है.

कमला : इलाज करवाये?

सरिता : किये. कोई नतीजा नही.

कमला : (थांबून) मालिक भौती दुखी होएँगे.

सरिता : तो.

[कमला पुन्हा किंचित्काळ गप्प.]

कमला : एक पूछे बीवीजी, गुस्से तो नई होएँगी?

सरिता : नही. पूछो.

कमला : तुम्हे कित्तेमे खरीदा?

[सरिता प्रथम गोंधळते.]

सरिता : क्या?

कमला : मैने पूछा, तुम्हे कित्तेमे खरीदा?

सरिता : (सावरत) मुझे?— देखो कमला— (बेत बदलून तिच्या शेजारी बसून) सातसौ मे.

कमला : हाय दैय्या. सात सौ?

सरिता : क्यों? कमती दिए?

कमला : (थांबून) सौदा भौती महंगा पडा बीवीजी. सात सौ कल्दार गिन्ने बाद बाल-गुपाली ना होए तो.

[सरिता दुःखी चेहरा करून बसते.]

ऊपरसे कपडा उठाएँ, रोटी खिलाएँ. सच्ची भौती दरद होता होएगा, सच्ची!

सरिता : कमला, तुम्हारे कितने बच्चे हैं?

कमला : होगे तो जित्ते कहो उत्ते. मैनत-मजुरी बी कराय लो. मै खूब कर सकती हूं. सामसे सुबेतक किनी कराय लो. बीवीजी, जिमीन जायदाद है कुछ उन की?

सरिता : किस की? (लक्षात येऊन) हमारे मालिक की! येही है बस.

कमला : खेती—बारी?

सरिता : ना.

कमला : बुरी बात. खेती होए तो सोना बरसे. हमे वो बी आता है. तुम्हे आता?

सरिता : नही आता.
कमला : (विचार करीत) हूं. (विचारात गढते.)
सरिता : क्या सोच रही हो, कमला?
कमला : (विचारातच) ऐसेई.
सरिता : कुछ तो सोच रही हो. बताओ.
कमला : ऊं हूं.
सरिता : (जरा वाट पाहून) बताओ तो सही.
कमला : (मनाची तयारी करते. मग गंभीरपणे) बीवीजी, बुरा नई मानना तो कएँ. मालिक ने तुमे खरीदा, हमे बी खरीदा. दो-दो लुगाई पै भौती दाम लुटा. है ना? दाम कमाना आसान थोडई. बेल की नाई खपना पडे मरद को. तो बीवीजी अपन दोई को याँ मिल के रेंना चइए. दोई भैन होएँ ऐसे. मालिक को खुस रखेंगे. जायदाद फैलाएँगे. मलिक के लिए बच्चे जनेगे. मै मैनत करूँगी, बच्चे निकालूंगी, बडा करूँगी, तुम लिखा पढी जानतो तो घरका हिसाब-किताब रखना. बढिया बढिया जम्फर पेनके मालिक के संग संग डोलना. तीज-तेवहारके दिन बाहर सैर करना. जैसे आज. अपनसे नई होएगा जे सब. अपन भले अपना घर भला. हाँ जिमीन अपनी होनई चइए. तुम फिकर नई करना, मेरा जिम्मा वो. मईनेमे पन्दरा रात तुम मालिकके संग सोना, पन्दरा रात हम सोएँगा. है मंजूर?
सरिता : (याने चक्रावलेली, मूक्हही झालेली) मंजूर है.
कमला : मालिकसे तुमी कैना हाँ. कैना कमला सब मे राजी है.
सरिता : तुम्ही कह दो ना...
कमला : हाय दय्या हम? मालिक से बोलते सरम आती है मरी. वो इत्ते बडे आदमी औ हम अनाडी गँवार... हमसे न होएगा.
सरिता : (मनाची काही तयारी करून) ठीक है, कमला. मुझीको कहना पडेगा.

[या दोघींवर दृश्य अंधारते. पुन्हा प्रकाश येतो तेव्हा सकाळ. एकटा जयसिंग पारोसा सकाळचे पेपर्स घेऊन डायनिंग टेबलाशी बसलेला दिसतो. चहा नुकताच झाला आहे. जयसिंगने एका

पेपरात डोके खुपसलेले. काकासाहेब येतात खोलीतून.]

जयसिंग : (पेपरातूनच) गुड् मॉर्निंग.

काकासाहेब : मॉर्निंग. (डायनिंग टेबलाशी समोर बसतात. चष्मा चढवतात. जयसिंग बघत नसलेला एक पेपर उचलून) हा जरा पाहू का?

जयसिंग : ओ येस्. पाहा की.

[काकासाहेब पेपर पाहू लागतात. जयसिंगचाही तोच उद्योग चालू. सरिता वरून येते. आत जाऊ लागते. जयसिंग पाहिल्यासारखे करून पुन्हा पेपरात. काकासाहेब यामुळे, आलेल्या सरिताला पाहतात.]

काकासाहेब : उशिरा उठलीस वाटतं?

['हूं' म्हणत सरिता आत जाते.]

जयसिंग : (पेपर पाहत) कमळाबाई, काकासाहेबांसाठी चहा.

काकासाहेब : (पेपरातून जयसिंगला पाहत) मी सरिताबरोबरच घेईन. उगाच तीनतीनदा त्रास कशाला?

जयसिंग : (पेपर पाहत) त्रास कसला. कमळाबाई त्यासाठीच आहेत. वुई पे हर फॉर दॅट.

[काकासाहेब काही म्हणत नाहीत. पेपर्स पाहून घेतात. जयसिंग आता हातचा पेपरही टीपॉयवर टाकून सिगरेट शिलगावतो. तृप्त झुरके घेतो.]

काकासाहेब : आज सगळ्या वर्तमानपत्रांनी बातमी दिलेली दिसते.

[जयसिंग काही म्हणत नाही. झुरके घेतो.]

[दोघांदरम्यानचा 'बर्फ' फोडण्याच्याच उद्देशाने] कमला बाकी फोटोत वेगळीच वाटते.

जयसिंग : (नाइलाजाने पण स्वत:त राहून) हूं.

काकासाहेब : तू नक्की किती दिलेस तिला विकत घेण्यासाठी? हा पेपर म्हणतो अडीचशे, पण यात साडेतीनशे आहेत.

जयसिंग : अडीचशे.

काकासाहेब : यातही प्रत्येकाचं निराळं काही तरी आहेच. सत्य झालं तरी एकच सगळे छापत नाहीत. प्रत्येकाचं एक्स्क्लुझिव्ह सत्य आहे.

जयसिंग : आमचा पेपर पाहा. त्यात आलंय ते ॲक्युरेट आहे.

काकासाहेब : रात्री तू प्रेस कॉन्फरन्सबद्दल सांगितलंस त्या मानानं सर्वांनी गंभीरपणे घेतलाय सगळा प्रकार. छापताना तरी सगळ्यांनी जबाबदारीनं छापलंय.

जयसिंग : दे आर रिस्पॉन्सिबल पीपल—जनरली. वाटतात तसे ते फ्रिव्हलस नसतात. [हे जरा जास्त ठासून.]

काकासाहेब : (हे जाणवून) चांगलं आहे.

[दोघे जरा मुकाट बसून. फोन वाजतो. जयसिंग जाऊन घेतो.]

जयसिंग : (रिसीव्हरवर) थँक यू, थँक यू. सो नाइस् ऑफ् यू.

[रिसीव्हर ठेवतो. फोन पुन्हा वाजू लागतो.]

काकासाहेब : झाला सुरू.

[जयसिंग फोन डायनिंग टेबलावर घेऊन येतो.]

जयसिंग : (फोन घेत) पढ लेया? किसीना किसाने ताँ कर्र नाईसी. बाकी सब ठीक है ना? थँक्स अगेन, बाय्—

[रिसीव्हर ठेवतो. फोन पुन्हा वाजू लागतो.]

जयसिंग : (कॅज्युअलीच) ओह, डॅम्! (रिसीव्हर उचलतो.) हॅलो—हॅलो—हॅलो— जयसिंग हिअर— अच्छा लगा? बहोत अच्छे. थँक यू डिअर. डिनर? व्हाय नॉट? शुअर. बुधको सुबह रिमाइंड करना. बाय्—

[रिसीव्हर ठेवतो. काकांचा आणि स्वत:चा चहा घेऊन सरिता येऊन बसते. फोन पुन्हा खणखणू लागतो. जयसिंग 'ओ हेल' असे काही तरी पुटपुटत रिसीव्हर उचलतो.]

(रिसीव्हरमध्ये) बोला रामभाऊ, वाचलंत का? बरोबर आहे. फारच भयंकर आहे हे. हो हो. आं? आहे ना. आठवण आहे. नाही, भाषणं करणं आवडत नाही मला. प्रश्नोत्तरं असली तर येईन. बरं बरं. पाहू, भेटा.

[रिसीव्हर ठेवतो. आता पुन्हा फोन वाजत नाही. काकासाहेबांना रिलीफ. जयसिंग पुढला फोन ॲंटिसिपेट करीत असल्यासारखा. पण तो येत नाही.]

सरिता : मी घेऊ का फोन्स?

जयसिंग : (उगीच जरा चिडचिडल्या स्वरात) आधी चहा घे.
[फोन पुन्हा वाजू लागतो. काकासाहेब आणि सरिता पाहत आहेत. जयसिंग आता फोनचे कनेक्शन् काढून फोन, सिग्रेटचे पाकीट, अॅशपॉट असे घेऊन वर निघतो.]

जयसिंग : मी वर आहे. चहा पाठव.
(वर निघून जातो.)

सरिता : (तो वर दिसेनासा झाल्यावर) कमळाबाई, (चहा तयार करू लागते. कमळाबाई येतात. कप भरून.) हा चहा वर साहेबांना नेऊन द्या. (कमळाबाई कप घेऊन वर जाऊ लागतात.) आणि हे बघा, मी दोन साड्या काढून बाहेर ठेवल्यायत त्या घेऊन या.
[कमळाबाई 'हो' म्हणून जातात.]

काकासाहेब : रात्री झोपली नाहीस वाटतं?

सरिता : (म्हणायचे म्हणून) झोपले. झोप जरा अस्वस्थ होती.
[काकासाहेब नजरेने 'हूं' म्हणतात. तिच्यापुढे पेपर्स करतात. ती ते एकेक कॅज्युअली पाहते.]

काकासाहेब : काय वाटतं तुला?

सरिता : आणखी चहा हवा का तुम्हांला? केट्लमध्ये आहे. मला नकोय म्हणून विचारते.

काकासाहेब : नको. मला उत्तर हवंय.

सरिता : (उठत) कामं पडलीयत. उशिरा जाग आली.
(सरिता जाऊ लागते.)

काकासाहेब : मी आज निघतोय.

सरिता : (थबकून) अं?

काकासाहेब : उगीच काळ गमावण्यात अर्थ नाही. तुझी काकूही तिकडे वाट बघत असेल. हल्ली एकटं राहणं कठीण वाटतं तिला— लो ब्लड प्रेशरचा त्रास सुरू झालाय.
[सरिता त्यांच्या डोळ्यांत पाहते. दोघांची दृष्टादृष्ट. सरिताला सर्व कळते आहे.]

काकासाहेब : खरंच.
[सरिता खंतावलेली.]

काकासाहेब : सवडीने जमलं तर जयसिंगला तेवढा फोन करायला सांग, त्या सेक्रेटरीला. कागदाचा कोटा आमचा. घाई नाही म्हणावं.
[सरिताची उदासीनता जाणवते आहे.]

काकासाहेब : हे बघ, तुझ्यामुळे नाही जात मी. जयसिंगमुळेही नाही. खरंच तिथे कामं आहेत.
[सरिताला हे पटत नाही हे त्यांना जाणवते आहे. ती प्रेक्षकांना पाठमोरी.]

काकासाहेब : आता कसं पटवायचं तुला? (पाहून सॉफ्टली) वेडी रे वेडी! अग हे काय असं. पूस डोळे.

सरिता : आजचा दिवस थांबा.

काकासाहेब : का बरं? आजचाच दिवस का? बरं बरं. थांबतो. तुझ्यापुढे अपील नाही.

सरिता : कमळाबाई—
[कमळाबाई वरून साड्या घेऊन येतात. सरिता त्यांना ब्रेकफास्टच्या सूचना देते. कमळाबाई जाऊ लागतात.]

सरिता : कमला उठली?

कमळाबाई : (मुद्रेवर नापसंती) अंघुळीला गेल्यय.

सरिता : या साड्या तिला नेऊन द्या. त्यातली तिला हवी ती नेस म्हणावं.

कमळाबाई : (नापसंतीने) तिच्याकरता तुमची साडी?

सरिता : हो. का?
[कमळाबाई मुद्रेवर नापसंती दर्शवीत जातात. काकासाहेब हे ऐकत आहेत. कमळाबाई जाताच ते सरिताकडे पाहतात. दृष्टादृष्ट.]

सरिता : तुम्ही बसा. मी आलेच. धोब्याकरता कपडे काढून ठेवायला हवेत. तुमचे द्यायचे असले तर द्या.
[सरिता वर जाते. विचारमग्न काकासाहेब. डिस्कनेक्ट केलेला फोन घेऊन जयसिंग खाली येतो. खांद्यावर टॉवेल. फोन कनेक्शनला लावतो. टेन्स वाटतो आहे.]

जयसिंग : कमळाबाई—
[कमळाबाई येतात.]

तुम्हांला किती वेळा सांगितलं, पेपर माझे वाचून झाले की घड्या घालून तिकडे त्या रॅकवर ठेवत चला म्हणून?

कमळाबाई : (नमते घेत पुटपुटतात) करणारच होते—

जयसिंग : कधी? उद्या? उचला ते पेपर्स आधी— उचला—

[कमळाबाई जयसिंगच्या म्हणण्यानुसार पेपर्स उचलून त्यांच्या घड्या घालतात, ते हॉलमधल्या रॅकवर नेऊन ठेवतात. काकासाहेब हेही पाहत आहेत. जयसिंगला याची जाणीव आहे.]

त्या कमलाला लौकर सगळं उरकून तयार व्हायला सांगा. तिला म्हणावं निघायचं आहे.

[कमळाबाई यावर आत जातात.]

काकासाहेब : (न राहवून, हलकेच) कुठे रे?

जयसिंग : नारी निकेतनमध्ये. इथला अनाथाश्रम. तिथे तिची सोय आहे.

[फोन वाजतो. जयसिंग घेतो.]

जयसिंग : (फोनमध्ये) हॅलो... येस्... (त्याचा चेहरा टेन्स होत जातो.)

[फोनमधून पलीकडून हॅलो हॅलो ऐकू येते. मग शांतता. जयसिंग फोन ठेवतो. लगबगीने स्वयंपाकघराच्या दाराशी येऊन ओरडतो]

कमळाबाई, किती वेळ? झालं की नाही तिचं? आटपा लौकर.

[पुन्हा फोन वाजतो. जयसिंग उभा. काकासाहेब फोन घ्यावा, न घ्यावा विचारात, मग घेतात.]

काकासाहेब : (रिसीव्हरमध्ये) हां, जयसिंग जाधवकी कोठी. आप कोन बात कर रहे है जी? इन्स्पेक्टर माधोसिंग. नीतिबाग पोलीस ठानासे? (जयसिंगकडे पाहतात. तो मान फिरवतो. काकासाहेबांना सिच्युएशन कळली आहे. ते फोनमध्ये) वो स्नान कर रहे है. (ऐकून) अर्जंट है? अच्छा, मेसेज दूंगा. मेरा नाम शिवाजीराव मोहिते. ठीक है.

[रिसीव्हर ठेवतात. गंभीर. वरून धोब्याचे कपडे घेऊन सरिता येते.]

काकासाहेब : नीतिबाग पोलीस ठाण्यावरून फोन होता.

सरिता : (कन्सर्ण्ड) काय?

काकासाहेब : जयसिंगशी त्यांचं काही अर्जंट काम आहे. अंघोळीतून बाहेर येताच फोन करा असा मेसेज आहे.

[सरिता काही म्हणत नाही, पण ती गंभीर.]

सरिता : कशाबद्दल आहे हे सर्व, कळेल?

जयसिंग : कालच्या प्रेस् कॉन्फरन्सनंतरचं कवित्व.

सरिता : लक्षात नाही आलं.

जयसिंग : डोण्ट बी दॅट् स्टुपिड. मी कमलाला लिलावात खरेदी करणं हा पोलिसांलेखी गुन्हा आहे.

सरिता : तुम्ही तो बिहारमध्ये केलात. नीतिबाग पोलिसांचा याच्याशी काय संबंध?

जयसिंग : बिहारच्या पोलिसांच्या सूचनेवरून दिल्लीचे पोलीस हालू लागले असणार. इतकं कळत नाही तुला?

काकासाहेब : ते काय तुला अटक करू मागतात?

जयसिंग : ते पुढं राहिलं, तूर्त त्यांना कमलाचा ताबा हवा आहे.

सरिता : कमलाला त्यांच्या ताब्यात द्यायचं नाही.

जयसिंग : ते पाहावं लागेल. सध्या तरी आम्ही तिला पोलिसांच्या हाती लागू देणार नाही.

[फोन वाजू लागतो. जयसिंग अपेक्षेने काकासाहेबांकडे पाहतो. ते मान फिरवतात. सरिता पुढे होते.]

जयसिंग : (सरिताला) थांब, घेऊ नकोस. त्यांचाच असेल. (स्वत: जाऊन रिसीव्हर पिनवरून काढून ठेवून जातो. मग बेत बदलून रिसीव्हरवर हात ठेवून सरिताला) नाही तर घे. आणि तो इन्सपेक्टर असला तर त्याला म्हणावं मी घरून गेलो. कुठे गेलो माहीत नाही. हं, बोल.

[सरिता आधी स्टिफ. मग जाऊन त्याच्या हातचा रिसीव्हर घेते. त्याच्या म्हणण्याप्रमाणे रिसीव्हरमध्ये सांगते.

[रिसीव्हर ठेवते. सुटकेचा श्वास टाकून जयसिंग वळतो. कमला दिसते. कमला आतून बाहेर आलेली. ती सरिताची एक साडी नेसलेली, पोलका घातलेली, पण तिच्या पद्धतीने. सगळे पाहत राहतात. जयसिंगच्या मुद्रेवर हसू येते. तो खो खो हसू

लागतो.]

सरिता : (दुखावून) काय झालं?

जयसिंग : हाउ अॅट्राशस! फक्त तुलाच हे सुचू शकतं.

काकासाहेब : बरी वाटते आहे की रे. काल कसली अवकळा होती बिचारीवर. (कमलाला) वा कमला, तुम कितनी प्यारी दिख रही हो.

[कमला पदराआड चेहरा लपवून लाजते.]

जयसिंग : चलो कमला. जल्दीसे अपना सामान लेके आओ.

[कमला एकदम पुतळा होते.]

सामान कहाँ है तुम्हारा? हमे जाना है.

कमला : (अशक्त स्वरात) लौटके याँ नई आना?

जयसिंग : अब वहाँही तुम्हे रहना है कमला, जहाँ हम जा रहे है.

[कमला स्तब्ध. पुतळा.]

अच्छी जगह है वो, इससे भी अच्छी है.

सरिता : अनाथाश्रमात नेणार आहात ना तिला? मग तो इथल्यापेक्षा चांगला कसा असेल?

जयसिंग : तिला बरं वाटावं म्हणून सांगितलं.

सरिता : तिला फसवता तुम्ही.

जयसिंग : फारसा वाईट नाही तो. तिला चांगला वाटेल.

सरिता : कशावरून?

जयसिंग : तुझ्याशी वाद घालायला वेळ नाही माझ्याकडे. कमला, सामान ले के आओ फौरन.

[कमला अवघडलेली.]

सरिता : (आता धीराने) कमला येणार नाही आहे तुमच्याबरोबर.

जयसिंग : मस्करी पुरे. चलो कमला— (सरिताला) तू आतून बोचकं घेऊन ये जा बरं तिचं—

सरिता : कमला खरंच येणार नाही आहे. ती इथंच राहील.

जयसिंग : इथंच राहील? डोण्ट बी अॅब्सर्ड—

सरिता : मी मनापासून सांगते आहे. कमला इथं राहणार आहे.

जयसिंग : (टेन्स्ड अप्) असं कुणी ठरवलं?

सरिता : मी ठरवलं.

जयसिंग : (सॅरकॅस्टिक) इथं राहून काय करणार कमला?

सरिता : (एक क्षण घेते, मग) कमळाबाई आहेत तशी राहील.

जयसिंग : आर यू गॉन नट्स ऑर समथिंग्? डोकं ठिकाणावर आहे ना तुझं?

सरिता : विचार केला आहे मी यावर. कमलाचं आणि माझं बोलणं झालं आहे.

जयसिंग : कमळाबाई, कमलाचं तेवढं बोचकं आणा—चला—

[कमळाबाई आतून कमलाचे बोचके घेऊन येतात.]

सरिता : (काहीशा निर्धाराने) कमळाबाई, ते आत नेऊन ठेवा.

[जयसिंग टेन्स्ड अप्. कमळाबाई पेचात.]

जयसिंग : इकडे द्या ते कमळाबाई—

[कमळाबाई त्याच्या हाती ते नेऊन देतात.]

जयसिंग : (कमलाच्या हाती बोचके देत सरिताला) इट्स आय् हू टेक्स डिसिजन्स इन् धिस् हाउस अँड नो वन एल्स. कळलं? चलो कमला— (सरिताला) रात्री येईन मी— फोन्स आले तर ऑफिसकडे डायरेक्ट कर आणि लिहून ठेव.

[दाराकडे पोचतो. कमला अजून होती तिथेच बोचके हाती घेऊन खालमानेने उभी.]

बहरी हो कमला? चलो—

[कमला ओढल्यासारखी दाराकडे जाते.]

(काकासाहेबांचे अस्तित्व जाणूनच त्यांना काहीशा सौम्य सुरात) कमलाला घरात ठेवून घेता येत नाही. कारण तसं केल्यानं कमलाला खरेदी केल्याच्या केसचा निकाल आमच्या विरुद्ध जाईल. मला तुरुंगवासाची शिक्षाही होऊ शकेल. त्यासाठी कमलानं अनाथाश्रमातच असायला हवं. पोलीस तिचा ताबा मागणार आहेत, त्या दृष्टीनंही अनाथाश्रमात ती असली तर कोर्टात आमच्या युक्तिवादाला जोर येईल. इट्स गोइंग टु बी अ लाँग ड्रॉन बॅट्ल् नाव्—

[काकासाहेब समजल्यासारखी मान हलवतात. पण वातावरणात टेन्शन.]

जयसिंग : (सरिताकडे एकदा पाहतो आणि काकासाहेबांना) बाय्— मी रात्री येईन—

[जातो. मागोमाग निघालेली कमला एकदा वळून घराकडे पाहते. हाती तिचे बोचके. खेचून नेल्यासारखी बाहेर निघून जाते. सरिता पुतळ्यासारखी हे पाहत उभी. नंतर तशीच, हरवल्यासारखी.]

कमळाबाई : बेस झालं गेली ती. बऱ्या चालीची नव्हती.

[सरिता त्यांना एक शार्प कटाक्ष देते. त्या आत निघून जातात. सरिता आणि काकासाहेबांची दृष्टादृष्ट. सरिता नजर चुकवते. विलक्षण बेचैन.]

काकासाहेब : तशी अगदीच चुकीची नाहीत त्यानं दिलेली कारणं. त्यांच्या बुद्धिबळात कमला हे फक्त एक प्यादं आहे.

सरिता : फक्त कमलाच नव्हे काकासाहेब. (आवेग रोधण्याचे प्रयत्न) एकटी कमला नव्हे, काकासाहेब, मीसुद्धा... मीसुद्धा...

[प्रकाश मंदावत जाऊन अंधार.]

[उजेड. संध्याकाळ. दिवेलागण. दिवाणखान्यात कोणी नाही. कमळाबाई आणि मागून जयसिंग बाहेरच्या दाराकडून येतात.]

जयसिंग : काय करतात बाई?

कमळाबाई : वर पडल्यात.

जयसिंग : (टेलिफोनकडे जाऊन तिथल्या वहीत काही फोन्स नोंदले आहेत का पाहत) पडल्यायत? दुपारी फोनवर मी निरोप दिला तो सांगितला का त्यांना?

कमळाबाई : तर! लगेच वर जाऊन सांगितला की साह्यबांनी सांगितलंय, संध्याकाळला पार्टीला जायचंय. साताला तयार राहा.

जयसिंग : (साइडबोर्डकडे जात) पार्टीच्या कपड्यात आहेत?

कमळाबाई : नाही. सकाळधरून होत्या तशाच आहेत. खोलीतनं बाहेर आल्याच नाहीत.

जयसिंग : (बाटली, ग्लास बाहेर काढीत) प्रकृती बरी नाही की काय?

कमळाबाई : काय जणं. काय म्हणाल्या नाहीत.

जयसिंग : काकासाहेब कुठं आहेत?

कमळाबाई : ते दुपारला बाहेर गेले ते अद्याप आले नाहीत.
[जयसिंग छोटा पेग तयार करतो. जाऊन टेप-डेक सुरू करतो. कम्फर्टिंग म्युझिक. जयसिंग सोफ्याकडे येऊन बसतो.]

कमळाबाई : काय चहा—काफी?

जयसिंग : हे माझ्या हातात काय दिसतंय? वर चहा कॉफी कसली विचारता? जा बाईंना सांगा, मी आलोय. लौकर निघायचंय म्हणावं आणि येताना माझा निळा कोट आणा. तिला विचारा ती देईल.
[कमळाबाई वर जातात.]
(पुटपुटतो) स्टुपिड्!
[जयसिंग रिलॅक्स्ड. वरून सरिता सावकाश येते. सकाळी होती त्याच घरगुती कपड्यात आणि ओढलेली. तिच्या हातात कोट. मागोमाग कमळाबाई खाली येऊन आत जातात.]

जयसिंग : (ती येत असल्याचे जाणवून, तिच्याकडे वळून न पाहता) हाय्.
[सरिताचा रिस्पॉन्स नाही. ती सोफ्याच्या पाठीवर कोट ठेवते.]
(तिच्याकडे पाहत) आय सेड, हाय्!
(सरिता तरीही रिस्पॉन्स देत नाही.)
बरं नाही की काय तुला? नाऊ गेट रेडी, क्विक्— (घड्याळ पाहत) वुई स्टार्ट ॲट क्वार्टर पास्ट सेव्हन. एक्झॅक्टली ट्वेण्टी मिनिट्स टु गो. ती त्रिवेंद्रमहून मी आणलेली साडी नेस. अजून पार्टीला ती नेसून आली नाहीस तू आणि चेहरा सुधार. आजचा क्राउड नेहमीपेक्षा जरा वेगळा असेल. यू नो, नॅशनल मिनरल कॉर्पोरेशनचा मॅनेजिंग डायरेक्टर यायचाय तिथं. सतरा कोटींच्या फ्रॉडच्या प्रकरणातला बडा मासा. आय् वॉंट टु टॉक टु हिम ओव्हर ड्रिंक्स. काही मिळालं तर बघू. (पेग संपवून उठतो.)

सरिता : (बसल्या जागेवरून) कमलाचं काय झालं?
[जयसिंग हे न ऐकल्यासारखे करतो.]

जयसिंग : (नापसंतीने गुरगुरत) इट्स सेव्हन ट्वेंटी. जा, लौकर तयार हो—

[सरिता उठत नाही.]

सरिता : (ठासून) कमलाचं काय झालं?

जयसिंग : कमलाचं? काय होणार? ती आहे नारी निकेतनमध्ये. पोलीस त्यांची बाजू उद्या कोर्टापुढे मांडतील. ते सगळं आता आमचा वकील पाहील. आधी तू तयार हो पाहू— वुइ आर ऑलरेडी लेट—

(जयसिंग फोनकडे जातो. नंबर फिरवतो.)

जयसिंग : (रिसीव्हरमध्ये) प्रेस् क्लब? कौन, छड्डा? मै जयसिंग बोल रहा हूं. भाई जरा हमारे एडिटरसाब वहाँ बैठे होंगे तो फोनपे बुलाना. हां, वेट करता हूं. (सरिताला) उद्या बहुतेक मला आंध्रकडे जावं लागेल. गोंड आदिवासींच्या एका सभेवर पोलिसांनी मोठा गोळीबार केलाय. सभेला चौफेर वेढा घालून बंदुका चालवल्या असं सांगतात. नऊ ते दहाजण ठार झाले असावेत असा अंदाज आहे. जखमी तर शंभरावर आहेत म्हणे. (रिसीव्हरमध्ये) हां छड्डा? वो आये नहीं है? अच्छा, कोई बात नही, आय विल् कॉंटॅक्ट हिम् आफ्टरवर्ड्. नो प्रॉब्लेम. थँक यू छड्डा— (रिसीव्हर ठेवतो.) कत्तल कत्तल म्हणतात ती आणखी काय असते.?

[सरिता होती तशीच बसून.]

(वळून तिला पाहत) तुला पार्टीला यायचं नाही का?

सरिता : नाही.

जयसिंग : पार्टीला यायचं नाही? का?

सरिता : माझी मर्जी.

जयसिंग : (जरा आश्चर्य वाटून) तुझी मर्जी?

सरिता : असू नये?

जयसिंग : (उपरोधिक स्वरात) अजूनपर्यंत कधी दिसली नाही. यायचं नव्हतं तर आधीच तसं सांगायचं तरी. म्हणजे मी, आपण दोघं येतो असं कळवलं नसतं.

सरिता : मला विचारलं होतंत?

जयसिंग : ऑफ कोर्स. कमळाबाईंकडे निरोप दिला.

सरिता : त्याला विचारणं म्हणत नाहीत.

जयसिंग : तू मला उलट फोन करू शकत होतीस.

सरिता : मी फोनवर येईतोवर तुम्ही थांबू शकत होतात.

जयसिंग : मी कामात होतो.

सरिता : तुम्हांला फोन करण्याचा मला उत्साह नव्हता.

जयसिंग : आजच तुझ्या उत्साहाला काय झालं?

सरिता : (पॉइंटेड्ली) ऐकायचंय?

जयसिंग : ते राहू दे, आधी तू येतेस की नाही एकदाच ठरव बघू—

सरिता : ते कधीच ठरलंय.

जयसिंग : नाही यायचं? ओ. के. मर्जी तुझी. मला जायलाच हवं. निघतो मग मी. रात्री यायला उशीर होईल मला, तू जागू नकोस. लॅचची चावी माझ्याकडे आहे. बाय्—

[जयसिंग निघून जातो. कार सुरू होऊन निघून गेल्याचा आवाज. सरिता सोफ्यात तशीच बसून. काकासाहेब बाहेरून येतात. आधी सरिता दिसत नाही.]

काकासाहेब : काय हे दिल्लीचे रस्ते तरी— (सरिताकडे लक्ष जाऊन) कोण? सरिता? काय ग, अशी स्वस्थशी बसलीस? तुला स्वस्थ बसलेली प्रथमच बघतोय मी! बरं नाही की काय? (जवळ जाऊन कपाळाला हात लावून पाहतात) ताप तर वाटत नाही. डोकं दुखतं?

सरिता : असेल तर दुखेल.

काकासाहेब : तुला डोकं नाही? मग ते आहे कुणाला?

सरिता : आता एक गृहस्थ इथनं गेले— त्यांना.

काकासाहेब : गृहस्थ? कोण गृहस्थ? मला तर कुणीच भेटलं नाही.

सरिता : मला भेटले.

काकासाहेब : तू कोड्यात बोलू नकोस. सरळ म्हण बरं काय म्हणायचं ते.

सरिता : जाऊ दे. (किंचित् थांबून) मी एक बेत करतेय.

काकासाहेब : काय? घरी एखादी पार्टीबिर्टी?

सरिता : प्रेस् कॉन्फरन्स.

काकासाहेब : प्रेस् कॉन्फरन्स? का ग बाई, तुला झाला का संसर्ग?

सरिता : प्रेस् क्लबवर प्रेस् कॉन्फरन्स. दिल्लीतले झाडून सगळे पेपरवाले तिथं जमले पाहिजेत.

काकासाहेब : कशाबद्दल ही तुझी प्रेस् कॉन्फरन्स?

सरिता : या माझ्या प्रेस् कॉन्फरन्समध्ये एक्याऐंशी सालात या दिल्ली शहरात गुलाम बाळगणारा माणूस मी सादर करणार. जयसिंग जाधव. मी सांगणार, हा माणूस स्वातंत्र्याचा मोठा कैवारी आहे आणि हा गुलाम आणून वापरतो. गुलामसुद्धा माणूस असतो हे याला मान्य नाही, हा त्याला उपयोगाची वस्तू मानतो, उपयोग झाला की खुशाल फेकून देतो. हा जुलमाचा कट्टर विरोधक म्हणवतो, पण पदरच्या गुलामावर हा वाटेल तो जुलूम करतो आणि त्याचं याला काहीसुद्धा वाटत नाही, काहीसुद्धा नाही... कमला नावाच्या गुलामाला यानं विकत आणून कसं वापरलं, त्याची कहाणी ऐका. दुसरा गुलाम तर बोलून चालून फुकटच मिळालेला... गुलामाच्या बापानंच... मोठ्ठी रक्कम मोजलेली... त्याचं यानं काय केलं ते ऐका— (अनावर हुंदका फुटतो; तो गिळून) सॉरी.

काकासाहेब : (काळजीने) सरिता, हे काय चाललंय तुझ्या मनात?

सरिता : म्हटलं ना, सॉरी.

काकासाहेब : जयसिंगबद्दल असं वाटतंय तुला?

सरिता : हे तर फार थोडं ऐकलंत तुम्ही. अजून खूप आहे.

काकासाहेब : कुणाला वाटेल जयसिंग कुणी खलनायकच आहे!

सरिता : कुणाला नव्हे, मला वाटतंय.

काकासाहेब : असं झालं तरी काय तुमच्यात?

सरिता : संसार.

काकासाहेब : तो तर गेली दहा वर्षं चाललाय. आजच का आलं हे तुझ्या मनात?

सरिता : यापूर्वी का आलं नाही म्हणता? मी झोपलेले होते. मी जागी असून गुंगीत होते. कमलानं मला जागं केलं. खडबडून जागं

केलं. कमलानं मला सगळं दाखवून दिलं. तिच्यामुळे मला स्वच्छ दिसलं की ज्याला मी जोडीदार मानला तो गुलामांचा मालक आहे. मी बायको नाही, त्याचा एक गुलाम आहे. या घरात मला कसलासुद्धा हक्क नाही. कारण मी गुलाम आहे. गुलामांना हक्क नसतात, होय ना काकासाहेब? त्यांनी फक्त राबायचं. धन्याच्या इच्छेप्रमाणं नाचायचं. तो म्हणाला, हस की हसायचं. तो म्हणाला, रड की रडायचं. तो म्हणाला, फोन घे की घ्यायचा. तो म्हणाला, पार्टीला चल की चलायचं. तो म्हणाला, बिछान्यात पड, की— (आवेग रोधते.)

काकासाहेब : सरिता, तुझं काहीतरी फार बिनसलंय—

सरिता : आणि पुन्हा कधीच ते सुधारणार नाही. काकासाहेब, हे घर यानंतर कधीच मला माझं वाटणार नाही.

काकासाहेब : हे बघ, जयसिंग हा तसा वेगळा नाही, तो इतर पुरुषांसारखाच आहे. तुला उगाच वाटतंय की तो फार दुष्ट माणूस आहे. पुरुष म्हटला की आपल्या कर्तृत्वाचा अहंकार असायचाच. मग ते कर्तृत्व कितीही क्षुल्लक का असेना. त्यामानाने जयसिंग पराक्रमी आहे. त्याच्या क्षेत्रात त्याचं आज एक नाव आहे. त्याला जे मिळालंय ते त्यानं स्वत:च्या हिंमतीवर कमावलंय—

सरिता : आणि म्हणून त्याला गुलाम ठेवण्याचा हक्क आहे. (आवेगाने) काय म्हणून? माणूस मोठा होतो तर तो मोठा माणूस का नाही होत? त्याचा 'मालक' का होतो?

काकासाहेब : सरिता, तू विचारते आहेस त्या प्रश्नांना उत्तर एकच आहे. तो तसाच आहे. म्हणून तो 'पुरुष' आहे. आणि म्हणून या जगात 'पुरुषार्थ' आहे. अग मीसुद्धा असाच होतो— आता वाटतो त्यावर जाऊ नकोस. तुझ्या काकूला मी भरपूर त्रास दिला. एका हक्कानं दिला. तिला काय वाटत असेल याची मुळीसुद्धा फिकीर केली नाही. मी आपला पुढं बघत चाललो. मागून ती फरफटत का होईना, येणार अशी खात्री होती. आली बिचारी.

सरिता : तशी सरिता, तू तुझ्या मालकामागून मुकाट्यानं जा. असं जाणं हाच तुझा धर्म.

काकासाहेब : त्रासदायक असलं तरी हे खरं आहे. जग चालायचं असेल तर संसाराचा गाडा चालला पाहिजे आणि तो चालायचा तर हे असंच चाललं पाहिजे.

सरिता : काय म्हणून? पुरुषानं काय म्हणून नाही फरफटायचं? बाईनं काय म्हणून नाही एकदा तरी मालक बनायचं? निदान तिनं काय म्हणून नाही माणसाच्या लायकीनं जगू मागायचं? पुरुषार्थ करण्याचा हक्क काय तो पुरुषालाच काय म्हणून? त्याला एक वेगळं इंद्रिय दिलं आहे म्हणून? बाईसुद्धा पुरुषार्थ करू शकते.

काकासाहेब : त्याला पुरुषार्थ म्हणत नाहीत.

सरिता : पुरुष करतो तो पुरुषार्थ. मग त्यानं लोकांची भांडी घासली तरी तो पुरुषार्थ.

काकासाहेब : असं आहे.

सरिता : ते बदललं पाहिजे. जो पुरुषार्थ करतो तो पुरुष; मग त्याचं लिंग कोणतं का असेना. पुरुषार्थ करीत नाहीत त्या बाया आणि त्यातल्या कुणी दाढीमिशा वाढलेल्याही असतील. देशाचा पंतप्रधान होणं हा पुरुषार्थ नव्हे? आणि या पंतप्रधानाच्या पुरुषार्थामुळे नाकी नऊ येऊन त्याच्या पायावर लोळण घेणं हा बायलेपणा नाही तर काय?

काकासाहेब : तू फारच चिडली आहेस. प्रौढपणी माणसानं विकारानं नव्हे, सरिता, विचारानं वागायचं असतं. समजुतीनं जगायचं असतं.

सरिता : पण ते बाईनंच का?

काकासाहेब : चुकीची समजूत आहे तुझी. मग पोरी, पुरुषाची गोची— काय म्हणतात त्याला अलीकडची पोरं?— गोचीच ना?— काय होतच नसते? तेव्हा त्यालाही ती गिळावीच लागते. गोमुखात हात घातला की गार लागतं म्हणून म्हणणं आलंच, मग तो पुरुष असो नाही तर ती बाई असो.

[दाराची बेल जोराने वाजते. पुन्हा वाजते. इतक्यात फोनही वाजतो.]

सरिता : एक सेकंद. मी बघते कोण आलंय ते.

[दाराकडे जाते. सरिता आणि जैन दाराकडून येतात. दरम्यान फोन वाजण्याचा बंद.]

जैन : (टेन्स. एक्सायटेड.) गडबड घुटाला हो गया भाभीजी. जयसिंगला लगेच गाठायला हवं. मला कळल्यावर मी तसाच तडक इथे आलो.

सरिता : काय आहे? काय झालंय?

जैन : ही हॅज बीन सॅक्ड फ्रॉम हिज जॉब.

सरिता : (अविश्वासाने) काय?

काकासाहेब : काय म्हटलंत तुम्ही?

जैन : नोकरीवरून कमी केलंय मालकानं जयसिंगला.

[सरिता स्तिमित उभी.]

काकासाहेब : अचानक? आधी पूर्वसूचना न देता?

जैन : आत्ता संध्याकाळी निर्णय झाला. उद्या सकाळी त्याला लेटर मिळेल. मला बातमी लागताच मी धावत आलो. वाटेत प्रेस् क्लबवर गेलो; वाटलं होतं की तिथं असेल. तिथं आधीच बातमी पोचली होती. चर्चा चालू होती.

काकासाहेब : कशाबद्दल कमी केलं त्याला नोकरीवरून?

जैन : मालकावर प्रेशर्स आहेत. फार मोठ्या पदावरची माणसं या फ्लेश मार्केटच्या मागं आहेत असं कळलं.

काकासाहेब : पण इतकं चांगलं काम करणारा माणूस— मालकाच्या पेपरला त्याच्यामुळे प्रतिष्ठा आहे—

जैन : मोठ्या पेपरला प्रतिष्ठा वगैरे असत नाही, काकासाहेब, त्याला फक्त खप असतो आणि जाहिराती असतात. आणि एक नफा किंवा तोटा असतो.

काकासाहेब : अहो, पण पत्रकारांच्या नोकरीविषयी कायदा आहे— असं तडकाफडकी कसं कुणी कुणाला कामावरून दूर करू शकतं? अपराध काय जयसिंगचा? अशी कोणती चूक त्यानं केली?

जैन : चूक म्हटली तर भलत्या लोकांच्या वाटेला तो गेला. चुकीचे हितसंबंध त्यानं दुखावले.

काकासाहेब : त्याची चौकशी होऊ शकते. जयसिंगला खुलासा करण्याची

संधी मिळाली पाहिजे. त्याला तडकाफडकी बडतर्फ कसं करू शकता?

जैन : मीच मालक असल्यासारखं हे तुम्ही मला सांगताय. तुम्ही म्हणता हे मला कुठं अमान्य आहे? पण मालकानं निर्णय घेतलाय. भाभीजी, कुठं आहे पार्टी सांगा. फोन आहे तिथं? असला तर त्याला इथंच बोलवून घेऊ. पुढचा प्लॅन ऑफ ॲक्शन काय तो लगेच ठरवायला हवा.

[सरिता फोनशी जाते. वहीतून नंबर शोधून फोन लावते. फोनवर त्या टोकाला कोणी येते. त्याला जयसिंगला बोलवायला हिंदीत सांगते. सरिता जयसिंग फोनवर येण्याची वाट पाहते आहे. ती टेन्स. काकासाहेब आणि जैन एक्सायटेड. क्रमशः अंधार.]

[उजेड. काही वेळ गेला आहे. काकासाहेब, जैन आणि सरिता जयसिंगची वाट पाहत आहेत. वेगळ्या पोझिशन्स. दाराची बेल वाजते. सरिता तत्परतेने दाराकडे जाते. जयसिंगला घेऊन येते.]

जयसिंग : काय झालं? का बोलावलं मला? कोण, जैन? तू कसा इथं?

सरिता : (त्याला बसवीत हळुवारपणे) बसा इथे. काय घेता जैन? जिन, व्हिस्की— (जयसिंगला) तुम्हांला काय आवडेल?

जयसिंग : (तिच्याकडे न पाहता) व्हिस्की वुइथ वॉटर. (जैनला) व्हॉट इज इट? काय आहे?

[सरिता साइडबोर्डकडे जाते. ड्रिंक्स तयार करते. जैन पाइप पेटवतो.]

व्हॉट इज इट् जैन? पार्टीतून बोलावलं म्हणजे विशेष असलं पाहिजे—

जैन : विशेष आहेच. तुझ्या कानावर काहीच नाही!

जयसिंग : कशाबद्दल? कमलाबद्दल तर काही नाही?

जैन : ओ, नो.

जयसिंग : मग? मग काय आहे?

जैन : वेट, तुला कळेलच. जरा सेट्ल डाउन तर हो यार.

जयसिंग : झालो. आता सांग आधी काय प्रकार आहे?

[सरिता ड्रिंक्स सर्व्ह करते.]

सरिता : (काकासाहेबांना) तुम्हांला साधं लेमोनेड वगैरे काही देऊ?

काकासाहेब : (व्यग्र) नको.

जयसिंग : (सर्वांना) अरे काय आहे ते बोला ना?

सरिता : तुमच्या नोकरीबद्दल आहे.

जयसिंग : नोकरीबद्दल?

सरिता : (अर्धवट खेळकर स्वरात) तुमच्या मालकानं तुमच्यावर खूष होऊन तुम्हांला कामावरनं काढायचं ठरवलंय.

जयसिंग : मला? यू आर जोकिंग!

सरिता : जोकच आहे पण मालकानं तो खरा करायचा ठरवलाय असं जैन म्हणतात.

[जयसिंग जैनकडे पाहतो.]

जैन : मला मघाशी समजलं. तसाच तुझ्या शोधात प्रेस् क्लबवर गेलो तर तिथं ही बातमी पोचली होती. म्हणजे अद्याप तशी ती गुप्त आहे—

जयसिंग : (अजून विश्वास बसत नाही पण भोवतालचे गांभीर्य पाहून) खरं सांगतोस? की काही थट्टा चालवल्यय?

जैन : आता संध्याकाळी हाय लेव्हल मीटिंग झाली. तुझ्या माहितीसाठी : तुझा संपादक मीटिंगला हजर होता. आणखी कोण होते ते मला अद्याप समजलं नाही पण उद्या सकाळी तुला लेटर द्यायचं एवढं ठरलं आहे. ते ड्राफ्टही झालंय.

जयसिंग : (ताड्दिशी उठून) इट जस्ट कॅनॉट बी. (ग्लासातली सर्व व्हिस्की घशात ओततो. वळून जैनला) तुला कुणी सांगितलं?

जैन : मला अडचणीत टाकू नकोस. नाव मी सांगत नाही पण बातमी शंभर टक्के रिलाएबल आहे एवढं मात्र सांगतो. सच्ची.

जयसिंग : (फोनकडे जातो.) लेट मी आस्क माय एडिटर— (थांबतो. जैनला) की त्यानंच तुला सांगितली बातमी?

[जैन गप्प. जयसिंग फोन डायल करू लागतो.]

जैन : तो दिल्लीत नाही. आत्ताच्या फ्लाइटनं बॉम्बेला गेला असणार तो.

[जयसिंग फोन करणे सोडून देतो. फेऱ्या घालतो, वाघासारख्या.]

जयसिंग : (फेऱ्या घालीत गुरगुरतो.) ...नो...नो....
(पुन्हा फोनकडे जातो. बेत रद्द करून पुन्हा फेऱ्या घालतो. साइडबोर्डकडे जातो. नवा पेग तयार करून त्याचा मोठा घोट घेतो.)

सरिता : (हळुवारपणे) खाऊन घेता का थोडं? खाता खाता डायनिंग टेबलशी बोला— (जैनला खुणावते.)

जैन : (हिण्ट घेऊन) ओ येस. डायनिंग टेबलशी बसू. ये रे. (स्वतः डायनिंग टेबलकडे जातो. बसतो.) कम जयसिंग—
[जयसिंग स्वतःच्या नादात. हाती ग्लास. सरिता हे पाहत आत जाते.]

जयसिंग : (एक्सायटेड, टेन्स) रादर इंटरेस्टिंग... दॅट्स समथिंग....

काकासाहेब : मालकाच्या या कृत्यावर मोठा ओरडा होणार, मी तुला सांगतो जयसिंग. त्याला ते पचणार नाही.
[सरिता जेवण घेऊन आतून येते. मागून कमळाबाई. दोघी हातचे सर्व डायनिंग टेबलावर मांडतात.]

काकासाहेब : शेवटी तुझ्या मालकावर पस्तावण्याची पाळी आल्याशिवाय राहणार नाही.

सरिता : (जयसिंगकडे जाऊन हलकेच) चला, खाता खाता बोला. थोडंच खा. प्लीज. हे जैन पण जेवायचेत. (त्याला धरून डायनिंग टेबलाकडे आणते.) बसा इथं.

जयसिंग : (एकदम वाइल्ड होत टेबलावर मूठ आपटत) द बास्टर्ड! डू यू हिअर मी? ही इज अ बास्टर्ड— दॅट शेठ सिंघानिया! आय् विल् टीच हिम् अ लेसन्!
[दारू त्याच्या डोक्यात गेल्याचे सर्वांनाच जाणवते.]

सरिता : बरं. बसून तर घ्या. थोडं थोडं खा—

जयसिंग : (डरकाळत उठतो) नो. यू शट अप्! लेट मी स्पीक, यू शट अप्. व्हॉट डज ही इमॅजिन हिमसेल्फ टु बी? व्हॉट इज ही? अ ब्लडी कॅपिटॅलिस्ट. अ स्विड्लर. ब्लॅक मार्केटिअर. इन्कमटॅक्स चुकवणारा साला. होमोसेक्सुअल. अ क्रिमिनल! मी उद्या प्रेस

कॉन्फरन्स घेऊन त्याचा पर्दाफाश करतो. त्याची कुलंगडी बाहेर काढतो. त्याला नागडाउघडा करतो! आय विल् टिअर हिम टु पीसेस— द डर्टी पिग्!

जैन : (त्याच्यापाशी जात) हे बघ जयसिंग, आता त्रागा करून उपयोग नाही. वुइ मस्ट प्लॅन समथिंग केअरफुली—

जयसिंग : केअरफुली बी डॅम्ण्ड! आय ॲम गोइंग टु फक् दॅट स्काउंड्रल टुमॉरो.

सरिता : (समजावीत, प्रेमळ सक्तीने) आत्ता आधी शांत व्हा बरं. चला, थोडं खाऊन घ्या. ते काकासाहेब पाहा थांबलेत.

[जयसिंग कसाबसा डायनिंग टेबलाशी बसता होतो. सरिता त्याला जेवण्याला मदत करू लागते.]

जयसिंग : (मध्येच अंगात येऊन तिला ढकलून देतो.) नो, आय डोण्ट वॉण्ट टु ईट. कामावरून काढतो मला? मला. जयसिंग जाधवाला. त्याचा बाप आला पाहिजे मला हात लावायला. आय ॲम गोइंग टु हॅक दॅट क्रोकिंग आस टु पीसेस... ब्लडी बास्टर्ड...

[क्रमाक्रमाने त्याचा आवाज पिचत जातो. हातापायावरचा ताबा जात राहतो व तो शुद्ध हरपून सोफ्यात कोसळतो. जैन, काकासाहेब, सरिता, सर्व उभी हे पाहत. काही क्षण शांतता.]

सरिता : थँक यू सो मच, जैन. तुम्ही आलात. थांबलात.

जैन : ओ, दॅट्स नथिंग. ही गॉट ड्रंक सो सून! मला वाटलं होतं काही व्यवस्थित प्लॅन तरी करता येईल.

सरिता : पार्टीत आधी बरीच घेतली असणार त्यानं, असं वाटतं. त्यात हा शॉक आला. आपल्याला कामावरनं कुणी काढून टाकू शकेल असं कधी वाटलं नसेल त्यांना.

जैन : हूं. कुणालाच वाटलं नव्हतं. आय वॉज शॉक्ड.

काकासाहेब : कोर्टात मालकाला आपला निर्णय बदलावा लागेल, मी सांगतो.

जैन : एवढं खरं की याबद्दल आकाशपाताळ एक करायला हवं. म्हातारी मेल्याचं दुःख नाही, काळ सोकावतो. जयसिंगला काय, एक सोडून दहा जॉब्ज मिळतील. प्रश्न तो नाही.

सरिता : एनी वे, थँक्स अगेन.

जैन : (निघत) उद्या सकाळी उठला की आधी मला फोन करायला सांगा त्याला. मी वाट बघतो.

सरिता : हो, हो.

[जैन आणि मागून सरिता बोलत दाराकडे जातात. काकासाहेब उभे. जयसिंग सोफ्यात शुद्ध हरपलेला. सरिता परत येते.]

काकासाहेब : ही पुरुषाची गोची. पुरुषार्थाचीसुद्धा. समजलं?

[सरिता उमजल्याची मान हलवते.]

सरिता : त्यामुळं मी म्हटलं ते खोटं ठरत नाही.

काकासाहेब : म्हणजे अजून तुला तसं वाटतंच आहे.

सरिता : वाटत राहील. पण तूर्त मी ते सगळं मनाच्या एका कप्प्यात बंद करून विसरणार आहे. एक दिवस असा येईल की त्या दिवशी मी गुलाम असायची थांबणार, काकासाहेब. मी मग वापरून फेकण्याची वस्तू असणार नाही. माझ्या इच्छेनं मी सर्व काही करीन, पण माझ्यावर कुणीही सत्ता गाजवू शकणार नाही. तो दिवस नक्की येणार आहे, मग त्यासाठी कुठलीही किंमत मला मोजावी लागली तरी मी ती मोजेन.

(काकासाहेब यातल्या शांत निश्चयाने भारलेले.) जा, तुम्ही झोपा आता.

काकासाहेब : (जयसिंगला दर्शवीत) आधी याला वर बेडरूममध्ये न्यायचं कसं ते...

सरिता : (जयसिंगचा चेहरा पाहत) गाढ झोपेत सगळेच मालक किती निष्पाप वाटतात, नाही? त्यांना इथंच असू दे. मी आहे ना जवळ.

काकासाहेब : गुड् नाइट.

सरिता : गुड् नाइट.

[काकासाहेब संथपणे त्यांच्या खोलीत जातात. सरिता दिवाणखान्यातला एकेक दिवा मालवत फक्त एक दिवा ठेवते. जयसिंगपाशी येते. त्याच्या पायातले बूट हलकेच काढते. सोफ्याशी जमिनीवर बसते. सोफ्याला टेकते. श्रांत डोळे मिटते.

उघडते. नजरेत एक शांत भाव. नजर दूरवर भविष्यात स्थिरावलेली. मुद्रेवर निर्धार.]

[पडदा.]

❑ ❑ ❑

* 9 7 8 8 1 7 1 8 5 7 9 6 8 *
FCW - #0261 - 061026 - C0 - 216/140/4 - PB - 9788171857968 - Matt Lamination